आपल्या स्नेहीजनांना पुस्तके भेट द्या

नॉटपेड

लेखक
हरिशंकर परसाई

अनुवाद
उज्ज्वला केळकर

मेहता पब्लिशिंग हाऊस

Please contact us at **Mehta Publishing House,** Pune 411030.

✆ +91 020-24476924 / 24460313 / Mob. No. 9545000513

Email : production@mehtapublishinghouse.com

Website : www.mehtapublishinghouse.com

- *या पुस्तकातील लेखकाची मते, घटना, वर्णने ही त्या लेखकाची असून त्याच्याशी प्रकाशक सहमत असतीलच असे नाही.*

NOT PAID by HARISHANKAR PARSAI

All Stories Originally Published in Hindi

Transalated into Marathi Language by Ujjwala Kelkar

नॉट पेड... / अनुवादित कथासंग्रह

अनुवाद : उज्ज्वला केळकर

मराठी अनुवादाचे व प्रकाशनाचे हक्क : मेहता पब्लिशिंग हाऊस, पुणे.

प्रकाशक : सुनील अनिल मेहता, मेहता पब्लिशिंग हाऊस,
१९४१, सदाशिव पेठ, माडीवाले कॉलनी, पुणे ४११०३०.

अक्षरजुळणी : पीसी-नेट, नारायण पेठ, पुणे ३०.

मुद्रक : ट्रिनिटी ॲकॅडमी फॉर कॉर्पोरेट ट्रेनिंग लिमिटेड

मुखपृष्ठ : फाल्गुन ग्राफिक्स

प्रकाशन : सप्टेंबर, २०११

किंमत : ₹ १४०

P Book ISBN 9788184982855

रिसिट

'नॉट पेड...' हा हिंदी साहित्यातील व्यंगसम्राट हरिशंकर परसाई यांच्या निवडक व्यंगात्मक निबंध नि कथांचा अनुवाद–संग्रह होय. हा अनुवाद श्रीमती उज्ज्वला केळकर यांनी केलाय. त्यांनी आपल्या 'अन्‌रजिस्टर्ड' या भूमिकेतून स्पष्ट केल्याप्रमाणे 'मराठीत असं फारसं कुठे वाचायला मिळत नाही' म्हणून तो अनुवाद केला आहे.

मराठी वाचक ज्याला स्थूल रूपानी 'विनोदी साहित्य' म्हणतो त्याला हिंदीत 'हास्य-व्यंग साहित्य' म्हणण्याचा प्रघात आहे. 'विनोद' आणि 'व्यंग' यात मुळातच फरक आहे हे आपण समजून घेतलं पाहिजे. विनोद, उपहास, कोटी, विडंबन अशा विनोदाच्या अनेक परी आहेत. इसवी सनपूर्व कालखंडापासून विनोदी साहित्यलेखनाची व त्याच्या चिकित्सेची परंपरा विश्व साहित्यात आढळते. विनोद विचार प्लेटो, ॲरिस्टॉटलनी जसा केला तसा आपल्याकडे भरतमुनींनी पण. आधुनिक काळात थॉमस हॉब्ज, जेम्स फीबलमन, ऑस्कर मँडेल, इमॅन्युअर कांट, सिग्मंड फ्रॉइड, ऑर्थर कोसलर, मार्क ट्वेन प्रभृतींनी विनोदाची चिकित्सा केली आहे. मराठीत विनोदाचा प्रारंभ 'लीळाचरित्र' पासून मानला जातो. एकनाथ, तुकारामांच्या काव्यात त्याच्या छटा दिसतात. आधुनिक गद्यात श्रीपाद कृष्ण कोल्हटकरांपासून ते मुकुंद टाकसाळेपर्यंतच्या विकास प्रवासात चिं. वि. जोशी, प्र. के. अत्रे, पु. ल. देशपांडे, वि. आ. बुवा, द. मा. मिरासदार, गंगाधर गाडगीळ, जयवंत दळवी, सुभाष भेंडे, रामदास फुटाणे आपणास भेटतात नि भिडतातही! हिंदीत कबीरापासून विनोद आहे पण तो व्यंगाच्या अंगाने जाणारा अधिक. मराठी विनोद कोटीच्या श्रेणीचा अधिक. विशुद्ध विनोदाची परंपरा हिंदी व मराठी दोन्ही साहित्यात क्षीण आहे.

हरिशंकर परसाईंचं लेखन व्यंगात्मक विनोद शैलीनंच अधिकांशतः झालंय.

टोमणा, टिचकी, फिरकी, वस्त्रहरण, प्रहार, टीका, उपहास, आक्षेप या अंगानं जाणारं असल्यानं ते मराठी विनोद साहित्यापेक्षा अधिक आक्रमक, आघात करणारं नि म्हणून बोचरं आहे. मराठी व हिंदी विनोद साहित्याची स्थूल उद्दिष्टंच भिन्न आहेत. सर्वसाधारणपणे मराठीत विनोद रंजनासाठी लिहिला जातो. त्याला हिंदीमध्ये 'हास्य' म्हणतात. शाब्दिक कोटीचा विनोद हिंदीत क्षीण. समाजाच्या विसंगतीवर बोट ठेवायचं, त्याची रेवडी उडवायची व ती नष्ट झाली पाहिजे म्हणून त्यावर कठोर प्रहार करायचा असा प्रघात. हिंदी काव्यातील विनोद मात्र रंजकतेकडे झुकणारा. दुष्यन्तकुमारांच्या काव्यात मात्र परसाईंसारखं गांभीर्य आढळतं.

'नॉट पेड...' मधील हरिशंकर परसाईंचे निबंध नि कथा जीवनाच्या अनेक अंगांचे नि प्रश्नांचे चित्रण करतात. माणसाची प्रसिद्धीची हाव, उच्च शिक्षणातील भ्रष्टाचार, प्रामाणिक माणसाचं भूकबळी होऊन मरण येणं, निंदा वृत्ती, साहित्याचं वैयर्थ, उपोषणाचं झालेलं अध:पतन, बुद्धिवाद्यांचं फोलपण, खासगी शिक्षणाची दुकानदारी अशा अनेक समकालीन प्रश्नांना हात घालत परसाई लिहीत राहतात. हे पाहिलं की लक्षात येतं की वर्तमान प्रश्न हेरण्याचं मोठं कौशल्य या लेखकात दडलेल्या निरीक्षकात आहे. परसाई एक समाजशील लेखक होते. व्यक्तीपेक्षा समाजकेंद्री असलेली त्यांची दृष्टी त्यांचं मन सतत अस्वस्थ ठेवते. ही अस्वस्थता विसंगती हेरते. मग शब्दांची शस्त्रं होतात. एकाच वेळी रंजक व गंभीर लिहिण्याची सरमिसळ परसाईच करू जाणे. हिंदी समीक्षक व निबंधकार हजारीप्रसाद द्विवेदींनी व्यंग साहित्याचं वैशिष्ट्य स्पष्ट करताना म्हटलं आहे, की 'व्यंग करणारा दबल्या ओठात हसत असतो तर ऐकणारा वा ज्याच्यावर व्यंग केलं जातं त्याचा मात्र तिळपापड होत राहतो.' ही असते व्यंगाची शक्ती. एकीकडे त्यात व्यर्थ असलेलं नष्ट करण्याची, त्याच्या निर्दालनाची वृत्ती असते तर दुसरीकडे नवसर्जनाची ऊर्जाही! व्यंगलेखन पुरोगामी वृत्तीचं असतं. ते बौद्धिक खाद्य असतं. हे लेखन शिळोप्याचा उद्योग असत नाही. असेलच तर तो सामाजिक बांधिलकीचा खटाटोप असतो. म्हणून हरिशंकर परसाईंचे 'नॉट पेड...' मधील निबंध नि कथा वाचून झाल्या... आपण हसलो नि विसरलो... असं होत नाही. परसाईंचं लेखन वाचकास हसवत-हसवत अंतर्मुख करतं. विचार करायला भाग पाडतं. विसंगती, विषमतेचं भान देतं. ते नष्ट करण्यास प्रवृत्त करतं. कोटीच्या श्रेणीतलं विनोदी लेखन साबणाचे फुगे, बुडबुडे असतात. त्यात व्यापकतेचा भ्रम असतो नि अस्तित्वाचा फोलपणाही! उलटपक्षी व्यंग वस्तुनिष्ठ सर्जन असतं.

अलीकडच्या काळात मराठी विनोदावर गंभीरपणे व खोलवर विचार करणारा एक ग्रंथ डॉ. गो. मा. पवार यांनी लिहिला आहे. 'विनोद : तत्त्व आणि

स्वरूप'. त्यात त्यांनी विनोदाची तत्त्वे व त्याचे स्वरूप स्पष्ट केले आहे. त्या विवेचनात मराठी साहित्यातील विनोदाची अनेक उदाहरणे दिली आहेत. ती वाचली तरी मराठी व हिंदी विनोदाची प्रकृती स्पष्ट होते. फरकही लक्षात येतो. यात कोणती भाषा श्रेष्ठ, कानिष्ठ असा भाव नाही. त्यातून प्रवृत्ती व प्रकृतीचा फरक अधोरेखित होतो हे मात्र खरे.

हरिशंकर परसाई एक विनोद लेखक म्हणून समजून घ्यायचे तर त्यांचं समग्र साहित्य वाचायला हवं. त्यांनी नऊ कथासंग्रह, तीन कादंबऱ्या, नऊ निबंध संग्रह, दोन व्यंग लेखसंग्रह, चार स्तंभ लेखसंग्रह, एक शब्दचित्र संग्रह, आत्मचरित्र, संपादन, संकीर्ण असं विपुल व वैविध्यपूर्ण लेखन केलं आहे. 'नॉट पेड...' वाचल्यावर मराठी वाचकांच्या मनात समग्र परसाई साहित्य मराठीत अनुवादित व्हावं अशी इच्छा निर्माण होईल अशी आशा आहे. ती तशी निर्माण झाली तर त्याचं श्रेय अनुवादिका उज्ज्वला केळकर यांना द्यावं लागेल. त्यांनी 'नॉट पेड...' चा अनुवाद मन:पूर्वक केला आहे. तो प्रयत्नपूर्वक केल्याच्या अनेक खुणा या अनुवादात आढळतात. विनोदाच्या जशा अनेक परी तशा अनुवादाच्याही. हिंदीतील अनेक रचनांचे मराठी अनुवाद उपलब्ध आहेत. एकाच हिंदी कृतीचे अनेक मराठी अनुवादही आढळतात. या संदर्भात हरिवशंराय बच्चन यांच्या 'मधुशाला' या काव्याचं उदाहरण चपखलपणे लक्षात येतं. या रचनेचे मराठीत पाच अनुवाद झाले असून ते अनुक्रमे सर्वश्री डॉ. तारा भवाळकर, शं. पा. जोशी, विजयकुमार चौकसी, नानासाहेब चौधरी व जहीर शेख यांनी केले आहेत. त्यापैकी पहिले तीन तर एकाच वर्षी म्हणजे १९८३ मध्ये, चौधरींचा गतवर्षी 'ग्रंथाली'तर्फे, तर जहीर शेखांचा याच वर्षी प्रकाशित झाला आहे.

हरिशंकर परसाईंचं उपरोक्त वैविध्यपूर्ण लेखन वाचत असताना लक्षात येतं, की विनोद, व्यंग, उपहास, कोटी या विनोदाच्या परी त्यांत सर्वत्र आढळतात. त्यात सामाजिक विसंगतीचं वैविध्य दिसून येतं. त्यामुळे त्यांच्या साहित्यास सामाजिक विसंगतीच्या इतिहासाचं, अभिलेखाचं रूप प्राप्त होतं. हिंदीत संत कबीरदासांनी ज्या पोटतिडीकीने विसंगतींवर आघात केले, परसाई तितक्याच तडफेने ते वर्तमानात करताना दिसतात. म्हणून तर त्यांना हिंदीचे 'आधुनिक कबीर' म्हणून ओळखलं जातं. परसाईंचं लेखन हे समकालाचं 'रडार' असतं. समाज काल कुठे होता, आज कुठे आहे नि उद्या कुठे जाईल याचा भविष्यवेध घेणारं हे लेखन सामाजिक अभ्यासकांना एक आव्हान असतं. त्यांचं लेखन येऊ घातलेल्या समाजाची 'ब्लू प्रिंट' मानली जाते.

'नॉट पेड...' मधील या अनुवादित रचनांमधून आपणास हरिशंकर परसाईंच्या

विनोददृष्टीचं भान येतं. त्यांनी वेळोवेळी आपल्या लेखनाबद्दल केलेली विधानं या रचना वाचत असताना ध्यानी येतात —

— व्यंग गरिबांसाठी 'ॲलोपॅथी' नसते, न 'होमियोपॅथी', ती फक्त 'सिंपथी' असते.

— व्यंग 'स्ट्रक्चर' नसून एक 'स्पिरिट' आहे.

— पूर्वी व्यंगास लोक 'शूद्र' मानत. आता तो 'क्षत्रिय' झालाय. मला मात्र त्यास 'ब्राह्मण' नाही करायचं. नाही तर तो नुसतं कीर्तन करत राहील.

— जे हसतात, रडतात ती माणसं असतात. तीच माझी 'पात्रं' होऊ शकतात.

— मी एक 'हरवलेली वस्तू' आहे. तिचा 'पत्ता' तुम्हीच आहात.

— व्यंग वाचकाच्या संवेदनेस हादरून सोडतं. ते त्यास सामाजिक विद्रुपाचा साक्षात्कार घडवून आणतं.

— व्यंग सहेतुक असतं नि प्रतिबद्धही!

— व्यंग सकारात्मक असतं नि रचनात्मकही!

श्रीमती उज्ज्वला केळकर यांनी आपल्या अनुवादात परसाईंची ही भूमिका उतरवण्याचा प्रयत्न केला आहे. हा अनुवाद प्रमाणभाषेच्या जवळ जाणारा आहे. तो मराठी बोलीच्या जवळ जाता तर अधिक प्रभावीपणे वाचकांप्रत पोहोचला असता. या रचनांतून मराठी वाचकांना अनेक जीवनभाष्यं हाती लागतील– 'नाव होण्याची महत्त्वाकांक्षा धरण्यापेक्षा ते कमावण्यासाठी कष्ट आवश्यक असतात.' 'साहित्यचौर्य प्रत्येक युगात असतं. फक्त युगानुरूप त्याचे चेहरे बदलतात.' 'नि:स्वार्थी उपोषण, हृदयपरिवर्तनाचं ओंगळ रूप स्वार्थावर उभं राहण्यासारखं मूल्यपतन दुसरं नाही.' 'स्त्रीच्या भाबडेपणावरच पुरुषांच्या लबाडीचा वाडा टिकून आहे.' अशा विधानांमुळेच परसाईचं विनोदलेखन विचारगर्भ होतं.

मूळ कृतीच्या बरहुकूम अनुवाद व्हायचा तर अनुवादकास अनेक व्यवधानं पाळावी लागतात. मूळ आशयास धक्का न लावता अर्थांतरण व्हावं लागतं. विचार समजून घेऊन अनुवाद करावा लागतो. संदर्भांचं भान असावं लागतं. शैलीचं अढळपद सांभाळावं लागतं. कला, सौंदर्य जपणं अनिवार्य असतं. लेखकाला जे सांगायचं, सुचवायचं असतं ते पकडून त्याचं हुबेहूब प्रतिबिंब उमटवावं लागतं. ज्या भाषेत अनुवाद करणार त्या भाषेची पुरी जाण असणं ही पूर्व अटच असते म्हणा ना! हे सारं सांभाळत श्रीमती उज्ज्वला केळकर यांनी हा अनुवाद केला आहे. अनुवाद, कवितेची निर्मितीप्रक्रिया कधी-कधी

एकसारखी असते. उर्दू भाषेत ती समजून सांगणारे दोन शब्द आहेत — 'आमद' नि 'आबुर्द'. जी कविता स्वयंस्फूर्त असते तिला 'आमद' म्हणतात, तर प्रयत्नसाध्य असते तिला 'आबुर्द' म्हणतात. खरा अनुवाद स्वयंस्फूर्त असतो. मूळ कृती अनुवादकाला भिडली की अनुवाद झरत राहतो. म्हणून अलीकडे अनुवादास 'पुन:सर्जन' मानलं जातं. श्रीमती उज्ज्वला केळकर यांनी त्या वृत्तीने नि तादात्म भावाने तो केला आहे. हा अनुवादिकेचा प्रारंभिक रियाज आहे. त्यात अनुवाद कौशल्याचं पक्वपण अपेक्षिणं चुकीचं; पण यात परिपूर्णता आणण्याचा अनुवादिकेचा आटापिटा, तळमळ शब्दागणिक प्रकट होते. त्यामुळे भविष्यकाळात त्यांच्या हातून यापेक्षा उत्कृष्ट अनुवाद मराठी वाचकांना भविष्यात वाचण्यास मिळतील. तशा संभावना या अनुवादात जागोजागी दिसून येतात. हरिशंकर परसाई पचवून तो प्रतिबिंबित करणं हे शिवधनुष्य उचलण्यासारखं आहे. ते साहस करून श्रीमती केळकर यांनी आपली भाषाक्षमता, अनुवादकुशलताच सिद्ध केली आहे.

'नॉट पेड...' मध्ये श्रीमती उज्ज्वला केळकर यांना भावलेल्या हरिशंकर परसाईंच्या निवडक कथा व निबंध आहेत. पण काही निमित्ताने समग्र परसाई वाचलेल्या माझ्यासारख्या वाचकास अशी चुटपुट लागून राहते की 'Yet good translations are to be done' ... उल्लेखच करायचा तर 'बेचारा भला आदमी', 'ठिठुरता हुबा गणतंत्र', 'पहिला सफेद बाल', 'विकलांग श्रद्धा का दौर', 'प्रेमचंद के फटे जुते' सारखे निबंध नि 'सदाचार का ताबीज', 'वैष्णव की फिसलन', 'अकाल-उत्सव', 'गांधीजी का शाल', 'एक के भीतर दो आदमी' सारख्या कथा - ज्यांना परसाईंच्या श्रेष्ठ रचना मानता येईल अशांचाही मराठी अनुवाद होणे आवश्यक आहे. 'नॉट पेड...' ट्रेलर आहे. मुख्य चित्रपट पाहणं बाकी आहे. तोही अनुवादक दाखवतील ही आशा. प्रयत्नांना शुभेच्छा!

– डॉ. सुनीलकुमार लवटे

११ ऑगस्ट, २००८

ऑलंपिक अभिनव सुवर्णपदक

संपादन स्मृतीप्रित्यर्थ.

अन्‌रजिस्टर्ड

खूप वर्षं झाली या गोष्टीला... कदाचित दहा-बारा वर्षांपेक्षा अधिक काळ उलटला असेल. मासिक चाळता चाळता एक लेख समोर आला. सहजच वाचला. ठरवून असं मुळीच नव्हे. वाचता वाचता, त्यातील आशय, मांडणी यांच्या वेगळेपणाने चकित झाले. स्वाभाविकच रचना कुणाची याबद्दल कुतूहल निर्माण झालं. तो अनुवादित लेख होता. मूळ रचना होती स्व. हरिशंकर परसाईंची. अनुवाद कुणी केला होता, नियतकालिक कोणतं होतं, हे आता आठवत नाही, पण स्व. हरिशंकर परसाईंच्या लेखनाबद्दल तेव्हापासून विलक्षण कुतूहल वाटू लागलं. वाटलं, या लेखकाचं आणखी साहित्य वाचायला हवं. केवळ लेखक म्हणूनच नव्हे, तर एक व्यक्ती म्हणूनही, त्यांना त्यांच्या साहित्यातून जाणून घ्यायला हवं.

त्यानंतर परसाईंची जी पुस्तकं मला उपलब्ध झाली, ती मी वाचली. वाचताना प्रत्येक वेळी वाटत गेलं, हे वेगळं आहे. विलक्षण आहे. मराठीत असं फारसं कुठे वाचायला मिळत नाही. परसाई अनुवादरूपाने मराठीत यायला हवे. यायलाच हवे. त्यांच्या काही रचनांचा मी मराठीत अनुवाद केला. तो प्रसिद्धही झाला. या रचना आवडल्याचं वाचकांच्या फोनवरील आणि लिखित पत्रांच्या प्रतिक्रियांवरून कळत राहिलं, पण त्याच वेळी सतत वाटत राहिलं, की त्यांच्या काही रचना, एकत्रितपणे पुस्तकरूपाने वाचकांच्या समोर यायला हव्या.

परसाईंच्या ज्या रचना माझ्या वाचनात आल्या, आणि त्यातल्या ज्या मला विशेषत्वाने भावल्या, त्यांचा अनुवाद मी केला. परसाईंच्या सर्वश्रेष्ठ रचनांचा अनुवाद असं मी म्हणणार नाही. माझ्या वाचनात न आलेल्या त्यांच्या आणखी अनेक उत्तमोत्तम रचना असू शकतील.

परसाईंचं लेखन वेगळं आहे. विलक्षण आहे; पण एवढंच नाही, त्यापेक्षा

खूप काही परसाईंच्या लेखनात आहे. आपले संकेत, कल्पना, निष्ठा यांची फेरतपासणी करण्याची गरज निर्माण करणारं त्यांचं लेखन आहे. मनन-चिंतन करायला लावणारं, जिव्हारी झोंबणारं त्यांचं लेखन आहे. सामान्य व्यक्तीविषयी त्यांच्या मनात ममत्व आहे. त्यांचं दुःख आणि अगतिकता यामुळे त्यांचं मन करुणार्द्र होतं. त्यांच्या औपरोधिक लेखणीतूनही सामान्यांविषयी त्यांना वाटणारी आस्था, कणव झिरपत राहते.

परसाईंची लेखणी बहुस्पर्शी आहे. जीवनातील बहुतेक क्षेत्रात, जिथे जिथे भोंदूगिरी आहे, वागण्या-बोलण्यात विसंगती आहे, इतरांच्या अगतिकतेवर स्वतःच्या स्वार्थाची पोळी भाजून घेण्याची प्रवृत्ती आहे, आणि पुन्हा त्या साऱ्याला नैतिक अधिष्ठान प्राप्त करून देण्याचा, ते जीवनमूल्यच मानण्याचा अट्टहास आहे, तिथे तिथे परसाईंची लेखणी धारदार हत्यार बनून त्या साऱ्या विरूपतेवर तुटून पडते. या विरूपतेचे, विसंगतीचे, विपरीततेचे बुरखे टराटर फाडत जाते.

परसाईंचा व्यासंग मोठा आहे. निरीक्षणात सूक्ष्मता आहे. विचारात ठामपणा आहे आणि जे वाटतं, ते वाटतं तसं व्यक्त करण्याचा, निडरपणाही आहे. राजकारण, समाजकारण, अर्थकारण, साहित्य, धर्म, श्रद्धा, अंधश्रद्धा अशा जीवनाच्या अनेकविध क्षेत्रातील कु-रीती, विपरीत रीती, विसंगती, त्यांनी अतिशय नेमकेपणाने टिपल्या आहेत आणि त्याबद्दल अतिशय फटकळपणे लिहिलं आहे. हे लिहिताना त्यांनी, कधी पुराणकथांची आजच्या संदर्भात पुनर्मांडणी केली आहे. कधी फँटसीचा आधार घेतला आहे. कधी भविष्यकालीन संभाव्य घटनांची कल्पना केली आहे. कधी अतिरंजित, तर कधी विषयाला थेट भिडणारं लेखन केलं आहे.

स्व. हरिशंकर परसाईं हिंदी वाचकांचे अतिशय लोकप्रिय लेखक. हिंदीतील व्यंगरचनेचे ते 'दादामुनी' मानले जातात. त्याचं लेखन कलात्मक आहे, तसंच ते उद्देशपूर्णही आहे. त्यांच्या लेखनाचा मराठी वाचकांना परिचय व्हावा म्हणून हा अनुवादाचा प्रपंच. मराठी वाचकांना माझं लेखन आवडलं, महत्त्वपूर्ण वाटलं, तर मला त्यासाठी घेतलेल्या परिश्रमांचं सार्थक झालं असं वाटेल.

स्व. हरिशंकर परसाई यांच्या रचनांचा मी केलेला अनुवाद पुस्तकरूपाने प्रसिद्ध होतोय. हे लेखन पुस्तकरूपात येताना मला अनेकांचं बहुमोल साहाय्य लाभलं आहे. आवर्जून उल्लेख करायला हवा, तो प्राचार्य डॉ. सुनीलकुमार लवटे यांचा. अनुवाद कसा व्हायला हवा, शब्दांची निवड आणि मांडणी करताना काय काळजी घ्यायला हवी, याबद्दल त्यांनी केलेलं मौलिक मार्गदर्शन मला केवळ परसाईंच्या अनुवादासाठीच नव्हे, तर कुठल्याही साहित्यकृतीचा अनुवाद करताना कायमस्वरूपी उपयोगी पडणारं आहे.

या पुस्तकासाठी वेगळे आणि चटकन आकर्षून घेणारे (कॅची) शीर्षकही त्यांनी सुचवले आहे. याशिवाय आपल्या व्यग्र कार्यक्रमातून वेळ काढून, या पुस्तकासाठी त्यांनो अतिशय अभ्यासपूर्ण अशी प्रस्तावना लिहिली आहे. त्यांच्याविषयी मला वाटणारी कृतज्ञता माझ्या शब्दावीण त्यांच्यापर्यंत पोचावी, असं फार फार वाटतं.

निर्मितीमूल्यात कुठलीही तडजोड न करता, सर्वांगसुंदर पुस्तक काढणं, आणि ते जाणकार रसिकांपर्यंत पोचवणं, हे मेहता पब्लिशिंग हाऊसचं वैशिष्ट्य! याही पुस्तकाच्या निर्मितीत त्यांनी आपली खासियत जपली आहे. मेहता पब्लिशिंग हाऊसचे श्री. सुनीलभाई मेहता, राजश्री आणि त्यांचे सर्व सहकारी, चित्रकार श्री. चंद्रमोहन कुलकर्णी यांच्याबद्दलही कृतज्ञता व्यक्त करताना शब्द उणावताहेत. श्री. ह.मो. मराठे मराठीतले प्रथितयश, वलयांकित लेखक. आपल्या लेखन-भाषणाच्या भरगच्च कार्यक्रमातूनही त्यांनी या छोट्याशा पुस्तकासाठी समर्पक 'ब्लर्ब' लिहिला. त्यांचेही हार्दिक हार्दिक आभार!

उज्ज्वला केळकर

अनुक्रमणिका

आराध्यदेवता

लेखकाने आपल्या गुरूला म्हटलं, "आचार्य, मी मोठी महत्त्वाकांक्षा उराशी बाळगून लेखन सुरू केलं. परंतु आत्तापर्यंत विफलता आणि नैराश्यच माझ्या पदरी पडलंय. माझी पाच-सहा पुस्तके प्रकाशित झाली खरी, पण ती काही फारशी विकली गेली नाहीत. मी साहित्याच्या इतिहासात येऊ इच्छितो; पण अद्याप वर्तमानपत्रापर्यंतसुद्धा पोचलो नाही. सुरुवातीपासून माझे आदर्श तुलसीदास आहेत. त्यांच्या 'रामचरितमानस ग्रंथाप्रमाणे माझा ग्रंथ घराघरांत असावा, छोट्या-मोठ्या प्रत्येकाच्या तोंडी तुलसीदासजींप्रमाणे माझंही नाव यावं, असं मला वाटतं. पण हे होणार कसं? गुरुजी, मला मार्ग दाखवा. प्रकाश द्या."

गुरुजी म्हणाले, "तुझा संकल्प खूप चांगला आहे, पण साधनेशिवाय संकल्प म्हणजे निव्वळ ओझं. तपश्चर्या कर!"

लेखक म्हणाला, "आणखी किती तपश्चर्या करू? मी रात्रंदिवस यशस्वी लेखकांकडे बघून मनातल्या मनात जळतो. मत्सर आणि ईर्ष्येपेक्षा दुसरं कोणतं मोठं तप असेल? तुलसीदास तर मला शत्रू वाटतात. घरात जेव्हा 'रामचरितमानस' बघतो, तेव्हा त्याला म्हणतो, एक दिवस असा येईल, ठीक तुझ्याशेजारी माझा ग्रंथ येईल."

गुरू म्हणाले, "ते सगळं ठीक आहे, पण योग्य मार्ग निवडलास तरच सिद्धी प्राप्त होईल."

लेखकाने पानदान उघडून गुरुजींपुढे धरले. नंतर तंबाखूची डबी पुढे केली. गुरुजींनी हातावर तंबाखू मळून तिला चिमटीने योग्य जागी स्थापन केली. त्यानंतर लेखक म्हणाला, "योग्य मार्ग आपल्याशिवाय कोण दाखवेल? असं म्हटलंच आहे ना, 'गुरुवीण कोण दाखवील वाट?"

गुरू करुणार्द्र होऊन म्हणाले, "वत्सा, तुलसीदासांशी स्पर्धा करायची असेल, तर त्यांच्या मार्गाचं अनुसरण करायला हवं. त्यांच्याच युक्त्या कामी आणायला हव्या. तुलसीदासांच्या दोन गोष्टी खास होत्या. एक म्हणजे सामुग्री मिळवणं आणि दुसरी म्हणजे आराध्यदेवतेची भक्ती. सामुग्रीच्या जमवाजमवीच्या बाबतीत त्यांनी स्वतःच म्हणून ठेवलंय, 'नानापुराणनिगमागम संमत यद्' म्हणजे नाना पुराणे, आगम, निगम यांच्याकडून निःसंकोचपणे त्यांनी सामुग्री मिळवली. त्यांना माहीत

होतं, मौलिक रचनेला या जगात काहीही किंमत नाही. प्रत्यक्ष भगवानसुद्धा मौलिक रूपात म्हणजे त्याच्या मूळ रूपात येत नाही. राम-कृष्णाच्या रूपात अनुवादित होऊन येतो. तू सुद्धा असं काव्य लिही ज्याच्या वाचनात सगळ्या महाकवींचा रस मिळेल. पण यापेक्षा कठीण गोष्ट आहे योग्य आराध्यदेवता मिळवणं आणि त्याची कृपा प्राप्त करून घेणं. तुलसीदासाला तर बलशाली आराध्यदेवता मिळाली होती– हनुमान. तुला त्याचं जीवनचरित्र माहीतच असेल.

'रामचरितमानस' पूर्ण करून एका संध्याकाळी त्यांनी आपल्या आराध्यदेवतेचं स्मरण केलं आणि पोथी ठेवली. सकाळी उठून पाहतात, तर स्वत: हनुमानाने पोथीवर स्वाक्षरी उठवलेली. याचा अर्थ त्याने त्या ग्रंथाला मान्यता दिली.

''रामचरितमानस' ग्रंथ घराघरांत आला आणि तुलसीदासांचं नाव थोरा-पोरांच्या जिभेवर नाचू लागलं. त्या काळात भारतात प्रकाशक असते, तर लाखांनी रॉयल्टी मिळाली असती आणि राजापूर गावातील एखादं घर त्याचं स्मारक बनलं असतं. तूसुद्धा आराध्यदेवतेची प्राप्ती करून घे. ही गोष्ट तशी कठीण आहे. आजकाल देवतांची संख्यादेखील वाढलीय आणि भक्तांचीही. पण प्रयत्न केल्यावर काय साध्य होत नाही? प्रयत्ने वाळूचे कण रगडिता...''

लेखकाला योग्य मार्ग तर सापडला होता; पण पेच असा होता, की आराध्यदेव ओळखायचा कसा नि त्याची कृपा कशी प्राप्त करून घ्यायची? त्याने पुन्हा गुरुदेवांकडे पाहिलं.

गुरुदेव म्हणाले, ''आपला आराध्यदेव आपणच ओळखायला हवा. मी दाखवलेला तुझ्या उपयोगी पडणार नाही. तुलसीदासांना तर झाडीत राहणाऱ्या प्रेतात्म्याने सांगितले होते, की अमुक जागी रामकथा ऐकायला कोड उठलेल्या माणसाचं रूप धारण करून हनुमान जातात. तेच तुमचे आराध्यदेव आहेत. तुलसीदासांनी जाऊन कोडी माणसाचे पाय धरले. त्यांनी खूप टाळाटाळ केली. परंतु वरदान प्राप्त होईपर्यंत तुलसीदासांनी त्यांचे पाय सोडलेच नाहीत. जा! तुझी इच्छाशक्ती जबर असेल, तर तुलाही कुणीतरी तुझा आराध्यदेव भेटेल.''

लेखकाने गुरुजींना प्रणाम केला व आराध्यदेवतेच्या शोधासाठी तो निघाला. शहरांतून, गावा-गावांतून, रस्त्यांतून, गल्ली-बोळांतून, हॉटेलमधून, बागांमधून त्याने आराध्यदेवतेचा शोध घेतला; पण आराध्यदेव काही भेटला नाही.

निराश होऊन लेखक राजधानीच्या रस्त्यावरून हिंडत होता. फिरता फिरता एका कार्यालयावरून तो पुढे निघाला. एवढ्यात त्या नीरव शांततेचा भंग करीत एक आवाज आला, ''थांब!''

लेखक धास्तावला. आसपास कुणीच दिसलं नाही.

त्याने जोरात विचारलं, ''कोण आहे?''

"भूत." कार्यालयातून आवाज आला.

लेखक म्हणाला, "मी वर्तमान आहे."

आतून आवाज आला, "भूत वर्तमानाचा हेडमास्तर असतो आणि वर्तमान भुताचं ओझं वाहणारा हमाल!"

लेखकानं विचारलं, "तू कोणाचं भूत आहेस?"

आवाज आला, "एका लेखकाचं. अशा लेखकाचं, जो चांगलं लिहिल्यामुळे अकाली मरण पावला. माझं नाव... होतं."

लेखक म्हणाला, "मी आपलं नाव ऐकलं आहे. आपली पुस्तकंही वाचली आहेत. आपण तर तर खूप चांगलं लिहीत होता!"

आवाज आला, "म्हणूनच अकाली मरण पावलो. आता भूत बनलोय. मला तुझी समस्या माहीत आहे. मी तुझी आराध्यदेवता जाणतो. मनुष्ययोनीत जे जाणू शकलो नाही, ते प्रेतयोनीत आल्यावर कळलं. आपला कान या खांबाला लाव. मी खांबाच्या आतून बोलेन. हे रहस्य अत्यंत गुप्त आहे. कुठेही प्रकट करू नकोस."

लेखकाने खांबाला कान लावला. भुताने त्याला आराध्यदेवतेचे नाव व पत्ता सांगितला. आराध्यदेवतेला प्रसन्न करण्यासाठीचा पूजाविधीही सांगितला. नंतर म्हटलं, "जा. त्याला प्रसन्न कर. तो प्रथम म्हणेल, 'मी तुला कशी काय मदत करू शकेन? माझ्या हातात काय आहे?' पण त्याची पाठ सोडू नकोस."

लेखकाने दुसऱ्या लेखकाच्या भुताचे मन:पूर्वक आभार मानले आणि आराध्यदेवतेच्या भेटीसाठी तो निघाला.

दुसऱ्या दिवशी तो आराध्यदेवतेला भेटला आणि त्या दिवसापासून त्याने आराध्यदेवतेची पूजा सुरू केली. ती करता करता त्याने ग्रंथरचनाही सुरू केली.

ग्रंथ पुरा झाला. लेखकाने तो छापूनही घेतला.

एका संध्याकाळी लेखकाने स्नान करून धूप लावला. निरांजन पेटवले आणि अत्यंत शुद्ध मनाने आराध्यदेवतेचं स्मरण करीत ग्रंथाची एक प्रत टेबलावर ठेवली.

सकाळी उठल्यावर त्याने पाहिलं. ग्रंथात एक टाईप केलेला कागद लावलेला होता. कागदावर खाली शिक्षण विभागातील कुणा पदाधिकाऱ्याची सही होती. त्यावर लिहिलेलं होतं, तुमचा हा ग्रंथ साऱ्या राज्यातील (हायर सेकंडरीच्या) बारावीच्या इयत्तेसाठी पाठ्यपुस्तकाच्या रूपात स्वीकृत केलेला आहे.'

तो ग्रंथ घराघरांत दिसू लागला आणि लेखकाचं नाव प्रत्येक मुलाच्या जिभेवर येऊ लागलं.

मूळ कथा - इष्टदेवता

❑

इति श्री रिसर्चाय नमः

बाबासाहेब पाटील विसाव्या शतकातल्या सहाव्या दशकातले महान नेते होते. कारण त्यांनी लोकांची खात्री पटवली होती, की स्वातंत्र्य संग्रामात त्यांनी दोन वेळा 'अ' वर्गात तुरुंगवास भोगला नसता, तर भारताला स्वातंत्र्य मिळाले नसते.

३ डिसेंबर १९५०च्या रात्री ते आपल्या भवनाच्या तिसऱ्या मजल्यावरील सातव्या खोलीत तीन फूट उंचीच्या पलंगावरील एक फूट जाडीच्या गादीवर, या कुशीवरून त्या कुशीवर तळमळत पडले होते. कुणा कोमलांगीच्या कोमल कटाक्षाने विद्ध झाल्यामुळे त्यांची अशी स्थिती झालेली नव्हती. एका समस्येने त्यांना एवढे चिंतित केले होते. एवढ्यातच त्यांनी देणगी गोळा करून चार लाखांचा निधी एकत्र केला होता. त्यातून त्यांनी स्वातंत्र्य संग्रामातील हुतात्म्यांची स्मृती जागवण्यासाठी एक हुतात्मा स्मारक बनवले होते. त्या स्मारकावर देशप्रेम आणि बलिदान याविषयी चार ओळी खोदाव्या असे त्यांच्या मनात होते. समस्या अशी होती की त्या ओळी कुठल्या कवीच्या असाव्यात? स्वातंत्र्य संग्रामात तुरुंगवास भोगलेले काही कवी होते. त्यांच्या कविता ओजस्वी होत्या. नव्या कविता लिहून देणंही त्यांना जमलं असतं; नव्हे आवडलं असतं. पण हे कविवर्य, बाबासाहेबांना पसंत नव्हते. त्यांच्या काव्यात आत्मिक बळ नाही, असं बाबासाहेबांचं मत होतं.

अतिशय वैतागून त्यांनी उशाशी ठेवलेलं पुस्तक घेतलं. उघडलं आणि वाचू लागले. पुस्तक होतं, अकबर-बिरबलाच्या गोष्टीचं. अकबराने जग्गू ढीमरला सांगितलं, 'शहरातील सगळ्यात सुंदर मुलगा शोधून आण आणि उद्या दरबारात हजर कर. जर तू तसं केलं नाहीस, तर तुझं मुंडकं उडवीन. जग्गू ढीमरला चिंता वाटू लागली. शहारातील सगळ्यात सुंदर मुलगा कसा शोधणार? तो घरातल्या खाटल्यावर उदास होऊन पडला होता. तेवढ्यात त्याची बायको आली. तिने विचारलं, 'आपण खूप उदास दिसता आहात. काही विशेष घडलंय का?' जग्गूने आपली अडचण सांगितली.

बायको म्हणाली, ''बस्स! एवढचं! अहो, आपल्या कल्लूला घेऊन जा.

इतका सुंदर मुलगा साऱ्या शहरात शोधून सापडणार नाही.'' जग्गूला गोष्ट पटली. तो म्हणाला, 'माझ्या अकलेला काय झालं होतं? इतकी साधी गोष्ट माझ्या डोक्यात येऊ नये? आपल्या कल्लूची बरोबरी कोण करू शकणार?' दुसऱ्या दिवशी कल्लूला दरबारात हजर केलं गेलं. कल्लू अगदी काळा होता. चेहऱ्यावर देवीचे वण होते. मोठे पोट, मिचमिचे डोळे आणि चपटं नाक...

गोष्ट वाचून बाबासाहेब जग्गू ढीमरप्रमाणे आनंदित झाले. ते उठले आणि आपल्या मुलाला हाका मारू लागले. ''पशा, ये पशा... पशा - पसू'' – प्रसाद त्याचं नाव.

''पशा इकडे ये.'' त्यांनी आवाज चढविला.

प्रसाद ऊर्फ पसू आपल्या मित्रांसमवेत ओली पार्टी करून नुकताच घरी परतला होता.

''काय रे, तू कविता लिहितोस ना?''

प्रसाद गडबडला. घाबरला. त्याला वाटलं. आता बोलणी खावी लागणार. तो म्हणाला, ''नाही बाबासाहेब, ती वाईट सवय मी मागेच सोडून दिली.''

बाबासाहेबांनी समजावलं, ''पसू, तू घाबरू नको! खरं खरं सांग बरं! असं कविता लिहिणं खरचं चांगलं आहे.'' प्रसादचे विझू झालेले प्राण पुन्हा परतून आले. तो म्हणाला, ''बाबासाहेब सुरुवातीला पाच-दहा लिहिल्या होत्या, पण लोकांनी माझ्या प्रतिभेची उपेक्षा केली. एकदा कविसंमेलनात एक कविता ऐकवली, तर लोकांनी 'हुर्यो केली. तेव्हापासून मी कविता नाही लिहिली.''

बाबासाहेबांनी समजावलं, ''पोरा, प्रत्येक प्रतिभावंताच्या बाबतीत लोक असाच व्यवहार करतात. तुझी गूढ कविता समजू शकले नसतील, म्हणून हसले असतील. उद्या तू मला देशभक्ती आणि बलिदानावर चार ओळी लिहून दे!''

प्रसाद म्हणाला, ''बाबासाहेब, मी असल्या फालतू विषयावर कविता लिहीत नसतो. मी प्रेमाच्या कविता लिहितो. माधुरी दीक्षित आणि करिष्मा कपूरवर लिहिल्या आहेत. त्या देऊ?''

बाबासाहेबांचा संताप संताप झाला; पण तो गिळून अत्यंत मधुर स्वरात ते म्हणाले, ''आजकाल बलिदान, त्याग आणि देशप्रेमाची फॅशन आहे. तू कविता लिहू शकशील. उद्या संध्याकाळपर्यंत देशप्रेमावरील चार ओळी मला जुळवून दे. त्या मी राष्ट्राच्या कामी लावणार आहे.''

''कुठे छापली जाणार आहे?'' प्रसादने उत्सुकतेने विचारले.

''छापली जाणार नाही. कोरली जाईल! हुतात्मा स्मारक स्तंभावर!'' बाबासाहेब म्हणाले.

प्रसादला प्रेरणा मिळाली. दुसऱ्या दिवशी संध्याकाळपर्यंत त्याने चार ओळी

जुळवल्या. बाबासाहेबांनी त्या वाचल्या, तेव्हा अतीव आनंद त्याच्या चेहऱ्यावर उसळला होता. ते म्हणाले, "पोरा, तू या चार ओळीत महाकाव्याचे सार आणले आहेस. घागरीत सागर भरलास रे पोरा!"

त्या चार ओळी सहा डिसेंबरला हुतात्मा स्मारक स्तंभावर कोरल्या गेल्या. खाली कवीचं नाव खोदलं गेलं, 'प्रसाद बाबासाहेब पाटील.'

सन २९५०. विश्वविद्यालयातील मराठी विभागाच्या संशोधन कक्षात डॉ. व्हिनसनंदन आपला प्रिय शिष्य रॉबर्ट मोहनबरोबर चर्चा करत होते. या काळात लोकांची नावंदेखील आंतरराष्ट्रीय होऊ लागली होती. रॉबर्ट मोहन, व्हिनसानंदांच्या मार्गदर्शनाखाली विसाव्या शतकातील कवितांचे संशोधन करत होता.

रॉबर्ट उत्तेजित होऊन म्हणाला, "सर, पुरातत्त्व विभागाकडून मला असा एक क्ल्यू मिळालेला आहे, की त्या युगातील सर्वश्रेष्ठ राष्ट्रीय कवीचा पत्ता लागला आहे. आपण आत्तापर्यंत अंधारातून चाचपडत चाललो होतो. केशवसुत, गडकरी, बालकवी, यशवंत, कुसुमाग्रज, इंदिरा, ग्रेस इ. नावे आपल्यापर्यंत पोचली. परंतु त्या नतद्रष्ट युगाने आपल्या सर्वात महान नेत्याला विस्मृतीत ढकलून टाकलं. मी या विगत युगाला प्रकाशित करेन."

"तू दांभिक आणि अहंकारी आहेस." डॉ. व्हिनसनंदन म्हणाले.

"आपण मूर्ख आहात." शिष्याने उत्तर दिले.

गुरु-शिष्य संबंध त्या काळात या सीमेपर्यंत पोचले होते.

गुरूने हसून त्याचे बोलणे सहन केले. मग म्हणाले, "तू मला सारी हकिगत नीटपणे सांग बरं!"

रॉबर्ट म्हणाला, "सर, अगदी अलीकडेच उत्खननात एक हुतात्मा स्मारक मिळालं. १९५० मध्ये ते बनवलं होतं. हुतात्मा स्तंभावर खालच्या भागावर कोरलेल्या मजकुरावरून लक्षात येतंय, की भारताच्या स्वातंत्र्यसंग्रामात हुतात्मा झालेल्या देशभक्तांच्या स्मृतीसाठी हे स्मारक बनवलं होतं. हुतात्मा स्तंभाच्या खालच्या बाजूला एका कवीच्या चार ओळी अंकित केलेल्या आहेत. हे स्मारक देशातील सर्वात विशाल स्मारक आहे. सगळ्या राष्ट्राने याच्याद्वारे हुतात्म्यांना श्रद्धांजली अर्पित केली असावी असं वाटतं. या स्मारकावर ज्या कवीची कविता अंकित केली गेलीय. तो त्या युगातील सर्वात महान कवी असणार."

"काय नाव त्या कवीचं?"

"प्रसाद बाबासाहेब पाटील." रॉबर्ट मोहन म्हणाला.

कागदावर उतरविलेल्या त्या ओळी त्याने डॉक्टरांना दाखवल्या. डॉक्टरांनी प्रसन्न मुद्रेने म्हटलं, "वा! तू तर खूपच मोठं आणि महत्त्वाचं काम केलंस!'

रॉबर्ट म्हणाला, "पण आता याच्यापुढे मला आपली मदत लागेल. या कवीच्या

अवघ्या चार ओळी सापडल्या आहेत. त्यांच्या बाकी साहित्याबद्दल काय लिहायचं?''

डॉ. व्हिनसनंदन म्हणाले, ''हे तर अगदी साधं सरळ आहे. त्याचं उर्वरित साहित्य काळाच्या ओघात वाहून गेलं, असं लिहून टाक. त्या युगात कवींची गटबाजी होती. प्रसाद अत्यंत साधे, सरळ, सात्त्विक प्रवृत्तीचे, गरीब होते. ते एकांतात मनन, चिंतन, काव्यसाधना करायचे. ते कोणत्याच गटात सामील नव्हते. त्यामुळे त्या काळातील साहित्यिकांनी त्यांच्यावर मोठा अन्याय केला. त्यांची अवहेलना केली. त्यांना कुणी प्रकाशक मिळाला नाही. त्यांची काही पुस्तके छापली गेली होती; पण अन्य कवींनी प्रकाशकांकडून ती खरेदी करून जाळून टाकली.''

रॉबर्टचा चेहरा उल्हसित झाला. तो म्हणाला, ''आणि हेही लिहू ना, की त्यांनी शंभरावर ग्रंथ लिहिले?''

''हो! हो! शंभर किंवा दोनशे म्हण! आणि हे पण लिही, की त्या काळात देशप्रेमाने भारावलेला जनसमूह प्रसादजींच्या ओजस्वी कविता गात गातच बलीदानाच्या पथावर पुढे पुढे जात असायचा.''

रॉबर्टने साशंकतेने म्हटले, ''पण सर, तसं पाहू गेलं तर या चार ओळी अगदीच रद्दी आहेत. निष्कर्ष चुकीचा होऊ नये.''

डॉ. साहेब म्हणाले, ''रॉबर्ट, संशोधनाचा पहिला नियम नीट लक्षात घे. जे प्राचीन आहे, ते सर्वोत्तम आहे. निकृष्ट आहे, तो केवळ वर्तमान आणि संशोधनाचे प्रयोजनच हे आहे की ज्यात काही नाही, त्यातूनच ते शोधायचं. या ओळीत काव्यगुण नसतील, तर तुला तुझ्या वतीने ते आरोपित करावे लागतील. महाकवी होता तो! चेष्टे-कुचेष्टेची गोष्ट नाही ही!'' विद्यार्थी काय ते समजला.

डॉ. व्हिनस म्हणाले, ''त्या महापुरुषाचाही उल्लेख व्हायला हवा, ज्याने त्या महाकवीच्या प्रतिभेची पारख केली व भविष्यातील पिढ्यांसाठी चार ओळी तरी सुरक्षित राखल्या. कोण होता त्या स्मारकाचा प्रमुख निर्माता?''

रॉबर्टने कागदावर पाहून सांगितले, ''एक नेता होता. बाबासाहेब पाटील...''

''महान होता तो!'' डॉ. नी डोळे बंद करून सांगितलं. ''त्या गटबाजीच्या युगात प्रतिभेला अशा तऱ्हेने ओळखणं आणि त्याला मान्यता देणं, हे कुणा विराट आत्म्याचंच कार्य असणार. मला वाटतं, महात्मा बाबासाहेबांनीच त्या गरीब महाकवीला आश्रय दिला असणार. त्याचं नाव प्रसाद बाबासाहेब पाटील... म्हणजे पूर्वीच्या संत परंपरेचा तो पाईक असणार. जसं, एका जनार्दनी, म्हणजे जनार्दन स्वामींचा एकनाथ, नामयांची जनी... म्हणजे नामदेवाची जनाबाई... तसा बाबासाहेब पाटलांचा हा प्रसाद... बाबासाहेबांविषयी कृतज्ञता व्यक्त करण्यासाठी त्याने तसं नाव घेतलं असावं. तर बाबासाहेबांनी कवी प्रसादला आश्रय दिल्यामुळे त्या काळातील कवींच्या संतापाचा ते विषय ठरलेले असणार. अन्य कवींनी ईर्ष्या व

मत्सरामुळे त्यांची निंदा केली असावी. वर्तमानपत्रातून त्यांच्या विरुद्ध लिहिलं असावं. त्या सत्याग्रहाच्या युगात कवींनी त्यांच्या घरापुढे उपोषण केलं असल्यास आश्चर्य वाटायला नको. माझ्याकडे प्रमाण आहे याचे. समकालीन हिंदी कवी निरालाने 'कुकुरमुत्ता' नावाची कविता या गोष्टीमुळेच संतापून लिहिली असावी. दिनकरजींच्या 'कस्मै देवाय हरिषा निधर्म' मध्येही हाच प्रश्न आहे. संशोधन अनुमानावर चालते.''

आणि रॉबर्ट मोहनचे क्रांतिकारी संशोधन प्रसिद्ध झाले. त्यामुळे अवघ्या विश्वाला विसाव्या शतकातील महान राष्ट्रीय कवीची माहिती झाली. प्रसाद बाबासाहेब पाटील या महान राष्ट्रीय कवीची...

(मूळ हिंदी साहित्यिकांच्या आणि संतांच्या जागी, काही ठिकाणी मी मराठी कवींची व संतांची नावे घातली आहेत. अनुवादिका.)

मूळ कथा - इति श्री रिसर्चाय

❑

आमरण उपोषण

(सन ३००२ मध्ये प्रकाशित झालेले पुस्तक 'आमचे महान पूर्वज'मधील एक प्रकरण इथे उद्धृत केले आहे. पुस्तकाच्या प्रस्तावनेत लिहिलंय... 'आमच्या पूर्वजांची महानता इतिहासाच्या पृष्ठांवर सुवर्णाक्षरात अंकित झालीय. त्याची दृढता, त्याग आणि उच्च चारित्र्याची थोडी झलक या पुस्तकात बघायला मिळेल. ही चरित्रे एखाद्या दीपस्तंभाप्रमाणे किशोरांना मार्गदर्शक ठरतील.)

सन १९६० ची गोष्ट. कुठल्या तरी शहरात गोवर्धनबाबू नगरपालिकेचे अध्यक्ष होते. त्यांच्या कार्यकाळात नगरपालिकेतील विविध पदांवर त्यांचे नातेवाईक नियुक्त केलेले होते. नगरपालिकेचे ठेकेही त्यांच्याच परिवारात जात. त्याच नगरात ठोक कपड्यांचे एक मोठे व्यापारी शेठ किशोरीलाल राहत होते. ते मोठे धार्मिक वृत्तीचे होते. गोवर्धनबाबूंच्या कृपेने त्यांचं कापड, जकात न देता, सहजपणे येऊ शकत होतं.

एक दिवस गोवर्धनबाबू शेठ किशोरीलाल यांच्याशी गप्पा मारत बसले होते. शेठजींनी त्यांच्याकडे तक्रार केली की नवा जकात ठेकेदार त्यांना कधी कधी त्रास देतो. गोवर्धनबाबू म्हणाले,

"बरं झालं, तुम्ही मला सांगितलंत. कर्मचाऱ्यांबद्दलच्या तक्रारी मी स्वत: जाणून घेऊ इच्छितो. मी त्याला शिक्षा देईन."

इकडच्या तिकडच्या गोष्टी झाल्यानंतर गोवर्धनबाबू म्हणाले, "शेठजी, परमेश्वराने आपल्याला सगळं दिलंय... संपत्ती, प्रतिष्ठा, मुलं-मुली, सुखी परिवार. फक्त एकाच गोष्टीची कमतरता राहून गेलीय!"

किशोरीलालने विचारले, "ती कोणती?"

गोवर्धनबाबू म्हणाले, "हेच की... अद्याप आपण अमर झाला नाही! आपल्याला आता अमर झालं पाहिजे!"

शेठजींनी तत्त्वज्ञाच्या थाटात म्हटलं, "ते कसं होईल? या जगात कोण अमर झालाय? जो या जगात आलाय तो जाणारच ना? राजा, रंक, फकीर..."

गोधवर्धनबाबू म्हणाले, "नाही! माझ्या बोलण्याचा अर्थ आहे, आपलं नाव अमर झालं पाहिजे."

शेठजी अगदी निरागसपणे म्हणाले, "ते तर राहीलच! मुलगा वडलांच्या नावाच्या जागी माझंच नाव लिहिणार ना? दुकानाच्या साईनबोर्डवरही मी माझं नाव रंगवून घेईन."

गोवर्धनबाबू म्हणाले, "ते ठीक आहे, पण सार्वजनिक रूपात अमर व्हावं, शेकडो वर्षे लोकांना आपलं नाव माहीत व्हावं आणि लोक आपली प्रशंसा करत रहावेत, असं नाही वाटत तुम्हाला?"

किशोरीलाल म्हणाले, "होय! मला अमर व्हावसं वाटतं! पण हे होणार कसं? मी असं काही काम केलेलं नाही की ज्यामुळे..."

गोवर्धनबाबूंनी मधेच थांबवलं. "ते माझ्यावर सोपवा. अशी युक्ती शोधून काढतो की थोड्या खर्चात आपण अमर व्हाल. नगरपालिकेने ठरवलंय की 'आझाद मैदानात' गांधीजींचा एक पुतळा स्थापित करायचा. मूर्ती तीन-चार हजारात बनू शकेल. आपण एक मूर्ती खरेदी करून नगरपालिकेला भेट म्हणून द्या. मूर्तीच्या चबुतऱ्यावर आपलं नाव खोदलं जाईल. शेकडो वर्षांपर्यंत लोक गांधीजींना ओळखतील, तसे आपल्यालाही ओळखतील. गांधीजींबरोबर आपलं नाव घेतलं जाईल. लोक श्रद्धेने मस्तक झुकवतील."

शेठजी विचार करू लागले. गोवर्धनबाबूंनी आणखी जोर लावला. "पुतळ्याचं अनावरण आम्ही भैय्यासाहेबांच्या हस्ते करणार आहोत. त्यांना आपण ओळखताच. काँग्रेसमध्ये आजकाल सगळं त्यांचंच चालतं. ते कुणालाही एम. एल. ए. किंवा मंत्री बनवू शकतात. जर तुमच्यावर प्रसन्न झाले, तर पुढच्या निवडणुकीत तुम्हाला एम. एल. ए. बनवतील, मंत्रीही बनवू शकतील. ज्ञानी म्हणतात 'असं काम करा. ज्यामुळे या जन्माचं सार्थक होईलच पण पुढल्या जन्माचंही होईल."

किशोरीलालने निर्णय घ्यायला आता विलंब केला नाही. म्हणाले, "जशी आपली इच्छा! मला मंजूर आहे. आपण पुतळा बनवा. मी पैसे देईन."

पुतळा तयार झाला. आझाद मैदानात एका चबुतऱ्यावर कापडाने झाकून ठेवण्यात आला. गोवर्धनबाबूंनी भैय्यासाहेबांशी बोलून अनावरणाची वेळ निश्चित केली.

गोवर्धनबाबूंनी पुतळ्याच्या आसपास एक चौकोनी बाग तयार केली होती. त्यात पुतळ्याच्या समोर एक फाटक होते.

अनावरणाच्या आदल्या दिवशी सकाळी गोवर्धनबाबू एका कारागिराला घेऊन तिथे गेले आणि फाटकासमोरील चबुतऱ्याच्या बाजूवर कोरू लागले... बाबू गोवर्धनदास यांच्या प्रयत्नाने त्यांच्या कार्यकाळात स्थापित... अक्षरं कोरणं चालू होतं, एवढ्यात शेठ किशोरीलाल तिथे पोहोचले.

"काय खोदणं चालू आहे?" ते म्हणाले. त्यांनी कारागिराच्या हातातला कागद काढून घेतला. वाचता वाचता त्यांचा चेहरा लाल झाला. मग म्हणाले, "असं का खोदलं जाईल? पुतळा मी बनवलाय की आपण?"

गोवर्धनबाबू म्हणाले, "होय... होय.... आपलं नावही खोदलं जाईल!"

"कुठे खोदलं जाईल?"

गोवर्धनबाबूंनी पुतळ्यामागच्या बाजूच्या चबुतऱ्याकडे बोट दाखवत म्हटलं, "या ठिकाणी..."

शेठजी म्हणाले, "ज्यांनी पैसे दिले, त्यांचं नाव मागे आणि ज्यांनी फुटकी कवडीही दिली नाही, त्याचं पुढे खोदलं जाणार? लोक फाटकातून आत आल्यावर प्रथम आपलं नाव बघतील."

गोवर्धनबाबू समजावत म्हणाले, "मी नगरपालिकेचा अध्यक्ष आहे. या शहराचा पहिला नागरिक! अखेर माझीही काही प्रतिष्ठा आहे!"

शेठजी म्हणाले, "ते सगळं मला माहीत आहे. किशोरीलालला उल्लू बनवणं इतकं सोपं नाही. आपण ऐकून ठेवा. या बाजूला फाटकासमोर माझं नाव खोदलं गेलं पाहिजे. नाही तर पुतळा उचलून घरी घेऊन जाईन."

गोवर्धनबाबूंनी हार मानली. त्यांनी फाटकापुढील बाजूवर किशोरीलालचं नाव खोदलं आणि मागील बाजूवर स्वतःचं.

खोदकाम चालू होत. एवढ्यात एक माणूस भैय्यासाहेबांची चिठ्ठी घेऊन आला. गोवर्धनबाबू चिठ्ठी पाहून हसले आणि चिठ्ठी शेठजींच्याकडे दिली. शेठजींनी चिठ्ठी वाचली. भैय्यासाहेबांनी लिहिलं होतं, "माझा अनुभव आहे, की लोक उद्घाटन कर्त्याच्या नावासोबत अन्य नावेही खोदतात. हे चुकीचे आहे. उद्घाटनकर्त्याचे नाव सगळ्यांपेक्षा वेगळे आणि प्रमुखस्थानी असले पाहिजे. फाटकातून आत प्रवेश करताच दर्शकांना उद्घाटनकर्त्याचे नाव दिसले पाहिजे."

गोवर्धनबाबू म्हणाले, "आता?" तेही अशा स्वरात की जणू या हत्याराने ते शेठजींना पराभूत करतील; पण शेठजींनी ठामपणे सांगितलं, "आता काय? पुतळ्याचे पैसे मी दिलेत की भैय्यासाहेबांनी? त्यांचं नाव या डाव्या बाजूला खोदा."

शेठजी निघून गेले आणि गोवर्धनबाबूंनी पडेल चेहऱ्याने नावे खोदली.

सकाळी अनावरण समारंभ होणार होता. रात्रभर गोवर्धनबाबू तयारी करत राहिले. मांडव घातले. बैठकीची व्यवस्था झाली. पुतळ्याच्या आसपास सजावट झाली.

प्रथम शेठ किशोरीलाल आले. ते सरळ पुतळ्याकडे गेले आणि एकदम चमकले. जसा काही विजेच्या तारेचा त्यांना स्पर्श झालाय. त्यांना दिसलं की रात्रीत समोरचं फाटक बंद होऊन पुतळ्याच्या मागच्या बाजूला फाटक बनवलं गेलंय. आता त्यांचं नाव पुन्हा मागे झालं आणि गोवर्धनबाबूंचं समोर.

शेठजी ओरडले. "इकडे या गोवर्धनबाबू!"

गोवर्धनबाबू घाबरत घाबरत आले. शेठजी म्हणाले, "तुम्ही मला पुन्हा धोका दिलात! तुमच्या बदमाशपणाला काही मर्यादा आहे? रातोरात तुम्ही मागच्या बाजूला फाटक का बनवलंत?"

गोवर्धनबाबू समजावू लागले, ''काय आहे, महापुरुषाच्या समोर एकदम जाणं बरं नाही. आता दर्शक प्रथम मागच्या बाजूने आत येतील. आणि बाजूने जात पुतळ्यासमोर...''

''आणि प्रथम तुमचं नाव बघतील. हे बघा गोवर्धनबाबू, जोपर्यंत फाटक माझ्या नावासमोर येत नाही. तोपर्यंत मी हा समारंभ होऊ देणार नाही. नाही तर मी पुतळा उचलून घरी घेऊन जाईन.'' शेठजींनी सांगून टाकलं.

खूप गर्दी लोटली होती. अनेक लोक पुतळ्याजवळही आले होते आणि वादवादी ऐकत होते.

याच वेळी भैय्यासाहेबांची मोटर आली. ते सरळ पुतळ्याजवळ गेले आणि म्हणाले, ''गोवर्धनबाबू, आता उशीर का होतोय?''

किशोरीलाल म्हणाले, ''जोपर्यंत फाटक त्या बाजूला होत नाही. तोपर्यंत मी समारंभ होऊ देणार नाही. मी इथेच न्यायासाठी आमरण उपोषण करेन.''

गोवर्धनबाबूही दृढतापूर्वक म्हणाले, ''नाही, फाटक असंच राहील! न्यायासाठी मीही आमरण उपोषण करेन.''

भैय्यासाहेबांच्या लक्षात सगळी परिस्थिती आली. ते म्हणाले, ''आपण दोघेही चुकीचा विचार करता आहात. माझं नाव ज्या बाजूला कोरलेलं असेल, त्या बाजूला फाटक असायला हवं. इथे सगळ्यात महत्वाचं कार्य माझं आहे. हे हजारो लोक तुमच्यासाठी नाही, माझ्यासाठी आले आहेत आणि आपण माझं नाव कडेच्या बाजूकडे कोरलंत. फाटक त्या बाजूला करून घ्या.''

आता संघर्ष तिहेरी झाला. शेठजी आणि गोवर्धनबाबू यांच्या परीक्षेची वेळ आली. ते आपल्या निश्चयावर दृढ होते. दोघेही म्हणाले, ''नाही! असं होऊ शकणार नाही!''

हे ऐकताच भैय्यासाहेब व्यासपीठावर चढले आणि त्यांनी उपस्थित जनसमूहाला संबोधित करायला सुरुवात केली. ''साथीदारांनो आणि मित्रांनो, एकाएकी एक नैतिक समस्या उभी राहिली आहे. समस्या अशी आहे की कुणाच्या नावापुढे फाटक असावं. शेठ किशोरीलाल, गोवर्धनबाबू आणि आपला हा क्षुद्र सेवक... सगळ्यांचाच असा विश्वास आहे की फाटक आपल्या नावापुढे असणं योग्य आहे. आमच्या तिघांचंही म्हणणं सत्यच आहे. सत्य अनेक मुखी असतं. कुणी कुठलं मुख बघेल, कुणी कुठलं! पण प्रश्न असा आहे की कुणाचं सत्य सगळ्यात महत्त्वाचं आहे. प्रश्न कठीण आहे; पण कोणताही प्रश्न इतका कठीण नाही, की जो अहिंसात्मक मार्गाने सोडवता येणार नाही. म्हणूनच आम्ही तिघांनी इथे आमरण उपोषण करण्याची शपथ घेतलीय. आम्ही एक दुसऱ्यावर नैतिक प्रभाव पाडून त्यांचं हृदयपरिवर्तन करण्याचा प्रयत्न करणार आहोत. अन्य दोघांचे हृदयपरिवर्तन करण्यात जो यशस्वी होईल, त्याच्या नावापुढे फाटक होईल. मित्र हो, आपलं कर्तव्य आहे,

की ताबडतोब शांतिसमिती बनवावी. ही समिती आम्हाला प्रथम हार घालेल. नंतर तुपाचे दिवे लावून अखंड भजनाचा प्रबंध करावा. शांतिसमितीचे हेही कर्तव्य आहे, की तिने उपोषणाचा प्रचार करावा. त्याचप्रमाणे आम्ही तिघेही उपोषणाच्या नियमांचे पालन करतो आहोत की नाही, यावरही देखरेख ठेवावी. सगळ्यात महत्त्वाची गोष्ट. शांती समितीने आमच्यापैकी प्रत्येकाला विचारून ठेवावं, की कुणाच्या हातून मुसुंब्याचा रस घेऊन ते उपोषणाची समाप्ती करू इच्छितात. माझ्यापुरतं बोलायचं झालं तर, आत्तापर्यंत जवळजवळ त्र्याहत्तर वेळा मी आमरण उपोषण केलंय आणि कधीही मी मुख्यमंत्र्यांच्या खालच्या दर्जाच्या माणसाकडून मुसुंब्याच्या रस घेतला नाही.

''मित्र हो, आम्ही सत्य आणि न्यायासाठी प्राणांची बाजी लावतोय! आशा आहे, आपणही सारेजण आपलं कर्तव्य पुरं कराल!''

एका शामियान्याखाली तीन उपोषणकर्ते बसले. हार घातले गेले. तुपाचे दिवे लागले. भजन सुरू झाले– 'सबको सन्मति दे भगवान'. तारेने दूरवर बातमी पाठवली गेली. पत्रकार येऊ लागले. फोटो घेऊ लागले.

रोज सकाळी शांतिसमितीचे अध्यक्ष प्रत्येकाकडे जाऊन विचारत, 'आपलं हृदयपरिवर्तन झालं?

उत्तर मिळे 'नाही दुसऱ्यांना विचारा.'

चौथ्या दिवशी उपोषणकर्त्यांची स्थिती चिंताजनक झाली. अद्याप कुणाच हृदयपरिवर्तन झालं नव्हतं.

पाचव्या दिवशी मुख्यमंत्री आले. ते सरळ किशोरीलालकडे गेले आणि त्यांच्या कानात सांगितलं, ''जर तासाभरात तुमचं हृदयपरिवर्तन झालं नाही, तर शिपायांच्या गणवेशासाठीचे कापड सप्लाय करण्याची जी ऑर्डर तुम्हाला मिळणार आहे ती मिळणार नाही.''

नंतर ते गोवर्धनबाबूकडे गेले आणि म्हणाले, ''जर एका तासात तुमचं हृदयपरिवर्तन झालं नाही, तर नगरपालिका भंग केली जाईल.''

थोड्याच वेळात जनतेने ऐकलं, की गोवर्धनबाबू आणि शेठ किशोरीलाल याचं हृदयपरिवर्तन झालं आणि त्यांनी मान्य केलं, की फाटक भैय्यासाहेबांच्या नावापुढे यायला हवं. सगळ्यांनी मुसुंब्याचा रस घेतला. भैय्यासाहेब फुलांनी मढले.

असे होते आमचे वीर पूर्वज ज्यांनी सत्य आणि न्यायासाठी प्राणांची बाजी लावली होती.

मूळ कथा - आमरण अनशन

❑

भोलारामाचा जीव

असं कधीच झालं नव्हतं.

धर्मराज लाखो वर्षांपासून कर्म आणि शिफारशींच्या आधारावर असंख्य माणसांना स्वर्गात किंवा नरकात निवासस्थान 'ॲलॉट' करत आले आहेत; पण असं कधी झालं नव्हतं.

समोर बसलेला चित्रगुप्त पुन्हा पुन्हा चष्मा पुसून पुन्हा पुन्हा थुंकी लावून पाने पालटत, रजिस्टरवर रजिस्टर बघत होते; पण चूक लक्षात येत नव्हती. शेवटी वैतागून त्यांनी रजिस्टर इतक्या जोरात बंद केलं, की त्यात माशी सापडली. ती काढत ते म्हणाले, "महाराज रेकॉर्ड तर सगळं ठीक आहे. भोलारामाचा जीव पाच दिवसांपूर्वी देहत्याग करून यमदूताबरोबर या लोकासाठी रवाना झाला होता; पण अद्याप इथे पोहोचलेला नाही."

धर्मराजाने विचारलं, "आणि तो दूत कुठे आहे?"

"महाराज तोपण बेपत्ता आहे."

याच वेळी दार उघडलं आणि एक यमदूत तिथे आला. अतिशय उद्विग्न आणि व्याकूळ दिसत होता तो. त्याचा मूळचा कुरूप चेहरा परिश्रम, भय आणि वैतागाने आणखीनच विकृत झाला होता. त्याला बघताच चित्रगुप्त ओरडले, "अरे, कुठे होतास तू इतके दिवस? भोलारामाचा जीव कुठाय?"

यमदूत हात जोडून म्हणाला, "हे दयानिधाना, कसं सांगू की काय झालं? आजपर्यंत मी कधी धोका खाल्ला नव्हता; पण भोलारामचा जीव मला चकवून गेला. पाच दिवसांपूर्वी जेव्हा भोलारामाच्या जिवाने देहाचा त्याग केला, तेव्हा मी त्याला पकडलं आणि या लोकीच्या यात्रेला प्रारंभ केला. त्याला घेऊन नगराबाहेर येऊन मी एका तीव्र वायुतरंगावर स्वार झालो. एवढ्यात मला चकवून माझ्या पकडीतून तो कधी कसा गायब झाला कुणास ठाऊक? या पाच दिवसात मी सारं ब्रह्मांड पालथं घातलं, पण त्याचा कुठे पत्ता लागला नाही." धर्मराज रागाने म्हणाला, "मूर्खा, जिवांना आणता आणता म्हातारा झालास, पण एका मामुली म्हाताऱ्याच्या जिवाने तुला चकवलं?"

दूत मान लववत म्हणाला, "महाराज, माझ्या सावधानतेत कुठेही कमतरता नव्हती. माझ्या या अभ्यस्त हातातून चांगले चांगले वकीलसुद्धा सुटले नाहीत; पण यावेळी काही तरी इंद्रजालच झालं असणार!"

चित्रगुप्त म्हणाला, "महाराज आजकाल पृथ्वीवर अशा प्रकारचा व्यापार खूप चालतो. लोक आपल्या मित्रांना काही गोष्टी पाठवतात आणि रेल्वेवाले त्या रस्त्यातच उडवतात. होजिअरीच्या पार्सलमधील मोजे रेल्वे ऑफिसर घालतात. मालगाडीचे डबे रस्त्यातच काटले जातात. आणखी एक गोष्ट राहिली. राजकीय पक्षाचे नेते, विरोधी पक्षनेत्यांचं अपहरण करून त्यांना बंदीत ठेवतात. भोलारामच्या जिवाचेही विरोधी नेत्यांनी, मेल्यानंतर त्याची दुर्गती करण्यासाठी तर अपहरण केलं नसेल ना?"

धर्मराजाने चित्रगुप्ताकडे उपहासाने पाहत म्हटलं, "तुझंसुद्धा रिटायर्ड व्हायचं वय झालंय. भोलारामसारख्या नगण्य; दीन माणसाचं कुणाशी काय घेणं देणं?"

याच वेळी नारद कुठून तरी फिरत फिरत तिथे आले. धर्मराजाला असं गप्प गप्प बसलेलं बघून म्हणाले, "धर्मराज, असे का चिंतित बसला आहात? नरकातील निवासस्थानाची समस्या अजून सुटली नाही का?"

धर्मराज म्हणाले, "ती समस्या कधीच सुटली. मागच्या वर्षी नरकात मोठे गुणी कारागीर आले. सगळे पैसे घेऊन ज्यांनी रद्दी इमारती बनवल्या होत्या असे अनेक इमारतीचे ठेकेदार, मोठे मोठे इंजिनिअर, ज्यांनी ठेकेदारांशी हातमिळवणी करून पंचवार्षिक योजनांचे पैसे खाल्ले होते, कामावर न आलेल्या मजुरांची हजेरी भरून पैसे हडप केलेले ओव्हरसिअरही आले. त्या सगळ्यांनी नरकात भराभर अनेक इमारती उठवल्या. ती समस्या कधीच सुटली. पण आता एक मोठीच समस्या पुढे उभी ठाकलीय. भोलाराम नावाच्या माणसाचा पाच दिवसांपूर्वी मृत्यू झाला. त्याच्या जिवाला दूत इथे आणतच होते; पण जीव रस्त्यातच झुकांडी देऊन पळून गेला. त्याने साऱ्या ब्रह्मांडात शोध घेतला; पण तो कुठेच सापडला नाही, जर असं झालं, तर पाप-पुण्यात भेदच राहणार नाही."

नारदांनी विचारलं, "त्याचा इन्कम टॅक्स द्यायचा तर राहिला नव्हता?"

चित्रगुप्त म्हणाला, "इन्कम असेल तर टॅक्स असणार ना? अर्धपोटी होता बिचारा!"

नारद म्हणाले, "मामला मोठा रंजक दिसतोय! बरं, मला तुम्ही त्याचं नाव, पत्ता द्या. मी पृथ्वीवर जातो."

चित्रगुप्तांनी रजिस्टर पाहून सांगितलं, "त्याचं नाव भोलाराम होतं. जबलपूर शहरातील घामापूर विभागात एका नाल्याच्या काठी एक-दीड खोलीच्या मोडक्या तोडक्या घरात तो आपल्या बायको-मुलासंह राहत होता. त्याला दोन मुलं होती

आणि एक मुलगी. वय जवळजवळ साठ वर्षं. सरकारी नोकरी होती. पाच वर्षांपूर्वी रिटायर्ड झाला होता. एक वर्ष झालं. त्याने घराचं भाडं दिलं नाही. त्यामुळे घरमालक त्याला जागेतून हुसकावून लावू इच्छित होता. इतक्यात भोलारामने या संसाराचाच त्याग केला. आज पाचवा दिवस आहे. घरमालक जर खरोखरचा घरमालक असेल, तर त्याने भोलाराम मरताच त्याच्या परिवाराला घराबाहेर काढलं असेल. त्यामुळे आपल्याला त्याच्या परिवाराचा शोध घेत खूप फिरावं लागेल.''

आई आणि मुलीच्या एकत्रित आक्रोशामुळे नारदाने भोलारामचे घर लगेच ओळखाले.

दरवाजापुढे जाऊन त्यांनी म्हटलं, ''नारायण, नारायण!''

मुलीने त्यांना पाहून म्हटलं, ''पुढे जा बाबा!''

नारद म्हणाले, ''मला भिक्षा नको. मला भोलारामबद्दल काही विचारपूस करायची आहे. आपल्या आईला बोलाव बेटा!''

भोलारामची पत्नी बाहेर आली. नारदांनी विचारले, ''आई, भोलाराम कशाने आजारी होता?''

''काय सांगू? गरिबी हेच आजारपण होतं. पाच वर्षं झाली; पेन्शन घेऊन! पण पेन्शन अद्याप मिळाली नाही. दर दहा-पंधरा दिवसांनी अर्ज पाठवायचे पण तिथून उत्तर यायचंच नाही किंवा उत्तर आलंच तर, असं असायचं की तुमच्या पेन्शनबाबत विचार चालू आहे. या पाच वर्षांत सगळे दागिने विकून झाले. मग भांडी विकली. आता काहीच उरलं नव्हतं. उपास घडू लागले होते. काळजीने व्याकूळ होऊन आणि भुकेने कासावीस होऊन त्यांनी प्राण सोडले.''

नारद म्हणाले, ''काय करायचं आई. त्यांचं आयुष्यच तेवढं होतं!''

''असं म्हणू नका महाराज! आयुष्य पुष्कळ होतं! पन्नास-साठ रुपये महिना पेन्शन मिळती, तर आणखी काही तरी करून कसं बसं जगता आलं असतं; पण काय करणार? नोकरी संपून पाच वर्षं झाली. एक फुटकी कवडीही मिळाली नाही.''

ही करुण कहाणी ऐकायला नारदांना वेळ नव्हता. ते पुन्हा आपल्या मुद्यावर आले. ''आई, मला हे सांगा की त्यांचं कुणावर विशेष असं प्रेम होतं? ज्यांच्यामध्ये त्यांचा जीव अडकेल असं कुणी...?''

''महाराज, माणसाचा जीव मुलाबाळात तर गुंतलेला असणारच ना...''

''नाही! तुमच्या घराबाहेरचंही कुणी असू शकतं... मला म्हणायचंय, एखादी स्त्री...''

बायकोने त्यांच्याकडे टवकारून पाहिलं. ती म्हणाली, ''काहीही बोलू नका महाराज! तुम्ही साधू आहात ना? कुणी रस्त्यावरचे लफंगे तर नाही आहात!

आयुष्यभर कुठल्या दुसऱ्या स्त्रीकडे डोळे वर करूनही त्यांनी पाहिलं नाही!''

यावर नारद हसून म्हणाले, ''तुझा असा विचार करणं अगदी योग्य आहे. हाच चांगल्या संसाराचा आधार आहे. ठीक आहे. आई मी चालतो.''

बायको म्हणाली, ''महाराज, आपण साधू पुरुष आहात. सिद्ध आहात. आपण असं काही करू शकणार नाही का, की ज्यामुळे यांची अडकलेली पेन्शन चालू होईल आणि काही दिवस तरी या मुलांचं पोट भरेल.''

नारदांना दया आली. ते म्हणाले, ''साधूचं बोलणं कोण ऐकतो? माझा इथे मठ वगैरेही नाही. तरीही सरकारी कचेरीत मी जाईन आणि प्रयत्न करेन.''

नारद तिथून निघाले आणि सरकारी कचेरीत पोहोचले. तिथे पहिल्याच खोलीत बसलेल्या कारकुनाकडे त्यांनी भोलारामच्या केसबद्दल विचारलं. त्या कारकुनाने काळजीपूर्वक सगळं ऐकून घेतलं आणि म्हणाले, ''भोलारामाने अर्ज पाठवले होते. पण त्यावर वजन ठेवलं नव्हतं. त्यामुळे अर्ज कुठे तरी उडून गेले असावेत.''

नारद म्हणाले, ''अरे, इथे इतके पेपरवेट आहेत. ते का नाही ठेवले?''

तो कारकून हसला. म्हणाला, ''आपण साधू आहात. या जगाची रीत आपल्याला कळणार कशी? अर्ज पेपरवेटमुळे दबत नाहीत. जाऊ दे! आपण असं करा. आपण त्या खोलीत बसलेल्या साहेबांकडे जा.''

नारद त्या साहेबांकडे गेले. त्याने तिसऱ्याकडे पाठवले. तिसऱ्याने चौथ्याकडे, पाचव्याकडे. जेव्हा नारद पंचवीस-तीस कारकून आणि ऑफिसरांकडे फिरून आले, तेव्हा एक शिपाई म्हणाला, ''महाराज, आपण कशाला या झंझटात पडलाय? आपण वर्षभर जरी इथे चकरा मारल्यात, तरी आपलं काम होणार नाही. आपण सरळ मोठ्या साहेबांना भेटा. त्यांना खूश केलंत, तर आपलं काम होऊन जाईल.''

नारद मोठ्या साहेबांच्या खोलीत पोहोचले, बाहेर शिपाई डुलक्या घेत होता. त्यामुळे त्यांना कुणीही आडवले नाही. व्हिजिटिंग कार्डशिवाय त्यांना आत आलेलं बघून साहेब नाराज झाले आणि म्हणाले, ''हे काय मंदिर-बिंदिर समजलात की काय धाडकन आत आलात ते? चिठ्ठी का पाठवली नाहीत?''

नारद म्हणाले, ''कशी पाठवणार? बाहेर शिपाई झोपलाय!''

''काय काम आहे?'' साहेबांनी रुबाबात विचारलं.

नारदांनी भोलारामच्या केसबद्दल सांगितलं.

साहेब म्हणाले, ''आपण विरागी आहात. ऑफिसचे रीतिरिवाज आपल्याला माहीत नाहीत. खरं म्हणजे भोलारामने चूक केलीय. अरे हेसुद्धा एक मंदिर आहे! इथेही दान-धर्म करावा लागतो. आपण भोलारामचे नातलग आहात वाटतं! भोलारामचे अर्ज उडून चाललेत. त्यावर वजन ठेवा.''

नारदांनी विचार केला. इथेही वजनाची समस्या उभी राहिली. साहेब म्हणाले,

"बाबा, सरकारी पैशांचा मामला आहे. पेन्शन केस वीस-बावीस दफ्तरांकडे जाते. उशीर होतोच! एकच गोष्ट वीस-वीस वेळा लिहावी लागते, तेव्हा पक्की होते. जितकी पेन्शन मिळते. तेवढ्याची स्टेशनरी लागते. हां, लवकर होऊ शकतं, पण..." साहेब थांबले.

नारदांनी विचारले, "पण काय?"

साहेब कुटील हास्य खेळवत म्हणाले, "पण वजन हवं. आपल्याला कळलं नाही! जशी आपली ही सुंदर वीणा! तिचंही वजन भोलारामच्या अर्जावर ठेवलं जाऊ शकतं! माझी मुलगी गाणं-बजावणं शिकते आहे. ही मी तिला देईन. साधू-संतांच्या वीणेतून जास्तच चांगले स्वर निघतील!"

आपली वीणा हिसकावली जात आहे, हे पाहून नारद थोडे घाबरले, पण मग सावरून त्यांनी वीणा टेबलावर ठेवली आणि म्हणाले, "ही घ्या! आता लवकर त्यांच्या पेन्शनची ऑर्डर काढा!"

साहेबांनी प्रसन्न होऊन त्यांना खुर्ची दिली. वीणा एका कोपऱ्यात ठेवली आणि घंटी वाजवली. शिपाई हजर झाला.

साहेबांनी हुकूम सोडला, "हेडक्लार्ककडून भोलारामच्या केसची फाईल आणा."

थोड्या वेळाने शिपाई, भोलारामच्या शंभर-दिडशे अर्जांनी भरलेली फाईल घेऊन आला. त्यात पेन्शनचे पेपरही होते. साहेबांनी फाईलवरील नाव पाहिलं आणि खात्री करून घेण्यासाठी विचारलं, "साधूमहाराज, आपण काय नाव सांगितलंत?"

नारदांना वाटलं, साहेबांना जरा मोठ्या आवाजात बोललं तरच ऐकू येत, म्हणून मोठ्या आवाजात म्हणाले, "भोलाराम!"

आणि अचानक फाईलमधून आवाज आला, "कोण हाका मारतंय मला? पोस्टमन आहे काय? पेन्शनची ऑर्डर आली?" नारद चकित झाले; पण दुसऱ्याच क्षणी त्यांच्या लक्षात आलं. "भोलाराम! तू भोलारामचा जीव आहेस काय?"

"हो," आवाज आला.

नारद म्हणाले, "मी नारद आहे. तुला न्यायला आलो आहे. चल! स्वर्गात वाट पाहताहेत!"

आतून आवाज आला, "मी येणार नाही. मी पेन्शनच्या अर्जात अडकलोय. इथेच माझं मन लागून राहिलंय. मी माझे अर्ज सोडून नाही जाऊ शकत!"

मूळ रचना - भोलाराम का जीव

❑

इन्स्पेक्टर मातादीन चंद्रावर

वैज्ञानिक म्हणतात चंद्रावर सजीव सृष्टी नाही; पण सिनिअर पोलीस इन्स्पेक्टर मातादीन, डिपार्टमेंटमधील एम. डी. साहेब म्हणतात, वैज्ञानिक खोटं बोलतात. तिथे आमच्यासारखी माणसे उदंड आहेत.

विज्ञानाने इन्स्पेक्टर मातादीनपुढे नेहमीच हार मानलीय. ठसेतज्ज्ञ म्हणतात, सुऱ्यावरील बोटांचे ठसे गुन्हेगाराच्या ठशांशी जुळत नाहीत. पण मातादीन त्याला शिक्षा देववतोच.

मातादीन म्हणतात, "हे वैज्ञानिक, केसची पुरी छाननी, तपासणी करत नाहीत. त्यांनी चंद्राचा प्रकाशित भाग तेवढा बघितला आणि सांगितलं, 'तेथे जीवन नाही.' मी चंद्राचा पलीकडचा अंधारा, काळोखी भाग पाहून आलोय आणि तिथे मानवी जीवन आहे."

ही गोष्ट खरी आहे. कारण अंधाऱ्या, काळोखी विश्वाचे मातादीन जाणकार मानले जातात.

मातादीन चंद्रावर कशाला गेले होते? असं सहजच कुणी विचारतील. टूरिस्ट म्हणून? की कुणा फरारी गुन्हेगाराला पकडण्यासाठी? नाही. ते भारताच्या वतीने सांस्कृतिक आदान-प्रदान योजनेअंतर्गत गेले होते. चंद्रसरकारने भारतीय सरकारला लिहिले होते, 'आम्ही खूप सुसंस्कृत आहोत; पण आमचे पोलीसदल पुरेसे सक्षम नाही. गुन्हेगारांना पकडणं आणि त्यांना शिक्षा देणं यात ते पुरेसे सफल होत नाहीत. आपल्याकडे रामराज्य चालू आहे असं ऐकायला येतं. कृपया आपल्याकडच्या एखाद्या पोलीस ऑफिसरला पाठवा. तो इथे येऊन आमच्या पोलिसांना मार्गदर्शन करेल.'

गृहमंत्र्यांनी सचिवाला सांगितलं, "एखाद्या इन्स्पेक्टर जनरलला पाठवून द्या."

सचीव म्हणला, "साहेब, तसं करता येणार नाही. प्रोटोकॉलचा, प्रथेचा प्रश्न आहे. चंद्र आमचा एक क्षुद्र उपग्रह आहे. आय जी.च्या श्रेणीच्या माणसाला पाठवणं योग्य होणार नाही. एखाद्या सिनिअर इन्स्पेक्टरला पाठवून देऊ."

हजारो बाबींचं तपासकार्य पूर्ण करणाऱ्या मातादीनला पाठवावं असं ठरलं.

चंद्रसरकारला कळवण्यात आलं, की इन्स्पेक्टर मातादीनला घेऊन जाण्यासाठी पृथ्वीयान पाठवावं.

गृहमंत्र्यांनी मातादीनला बोलावून सांगितलं, ''भारतीय पोलिसांच्या उज्ज्वल परंपरेचे दूत या नात्याने तुम्ही जात आहात. तिथे असं काम करा की, साऱ्या अंतरिक्षात पोलिसांचा जयजयकार झाला पाहिजे नि हा आवाज इथे पंतप्रधानांच्या कानावर आला पाहिजे.''

मातादीनाच्या प्रस्थानाचा दिवस येऊन ठेपला. एक अंतरिक्ष यान अड्ड्यावर उतरलं. मातादीनने सगळ्यांचा निरोप घेतला आणि ते यानाच्या दिशेने निघाले. जाता जाता म्हणू लागले. 'प्रविसि नगर कीजै सब काजा। हृदय राखि कोसलपुर राजा।' यानाजवळ पोचल्यावर मातादीनाने अब्दुल गफूर याला बोलावले. ''अब्दुल...''

गफूरने टाचा जुळवून सॅल्यूट ठोकला आणि म्हणाला, ''जी साब.''

''एफ. आय. आर. (गुन्हा नोंदणी फाईल) ठेवले?''

''जी...''

''रोजनिशीचा नमुना?''

''होय सरकार...''

ते यानात बसू लागले. हवालदार बलभद्रला बोलावून सांगितलं, ''परीक्षेच्या वेळी आमच्या घरी आपल्या खटल्याला (पत्नीला) मदतीला पाठवून द्या.''

बलभद्र म्हणाला, ''जी सरकार!''

गफूर म्हणाला, ''साहेब आपण बिल्कूल चिंता करू नका. मी माझ्या पत्नीलाही मदतीसाठी पाठवीन.'' मातादीनाने यानचालकाला विचारले, ''ड्रायव्हिंग लायसेन्स आहे?''

''होय साहेब!''

''यानाचे दिवे लागताहेत?''

''होय! लागताहेत!''

मातादीन म्हणाला, ''सगळं ठाकठीक असलं पाहिजे. नाहीतर हरामजाद्याला अंतरिक्षातच हातकड्या ठोकीन.''

चंद्रावरून आलेला चालक म्हणाला, ''आमच्या इथे लोकांशी असं बोलत नाहीत!''

मातादीन म्हणाला, ''माहितीये रे! तुमच्याकडे पोलीस अगदीच नालायक आहेत. आता त्यांना ठीक करतो.''

मातादीन यानात पाऊल ठेवणार, एवढ्यात हवालदार रामसंजीवन पळत आला नि म्हणाला, ''साहेब, एस. पी. साहेबांच्या (पोलीस सुपरिंटेंडेंट) घरून निरोप आलाय, की चंद्रावरून येताना तळवे चमकवण्याचा दगड घेऊन या.''

मातादीन खूष झाला. म्हणाला, ''बाईसाहेबांना सांग, जरूर घेऊन येईन!''

ते यानात बसले. यान उडालं. पृथ्वीच्या वायुमंडळातून यान बाहेर पडलं. तशी मातादीनने विचारलं, ''कारे, हॉर्न का वाजवत नाहीस?''

यानचालक म्हणाला, ''आसपास लाखो मैल कुणीच नाही.''

मातादीन ओरडला, ''पण नियम म्हणजे नियम! हॉर्न वाजवत रहा.''

चालकाने अंतरिक्षातून हॉर्न वाजवत यान नेलं आणि अखेर चंद्रावर उतरवलं. अंतरिक्ष तळावर पोलीस अधिकारी मातादीनचं स्वागत करायला जमले होते. मातादीन रुबाबात खाली उतरला. त्याने अधिकाऱ्यांच्या खांद्याकडे नजर टाकली. कुणाच्याही खांद्यावर स्टार्स किंवा फिती नव्हत्या. त्यामुळे मातादीनला टाचा जुळवून सॅल्यूट ठोकायची गरज वाटली नाही. नंतर त्याने विचार केला. मी इथे पोलीस इन्स्पेक्टर म्हणून आलेलो नसून सल्लागार म्हणून आलोय.

मातादीनला खडी सलामी देत ते घेऊन गेले आणि एका बंगल्यावर त्यांची व्यवस्था केली.

एक दिवस आराम केल्यावर मातादीनांनी कामाला सुरुवात केली. प्रथम त्यांनी पोलीस लाईनची पाहणी केली. संध्याकाळी त्यांनी इन्स्पेक्टर जनरलला विचारलं, ''आपल्याकडे पोलीस लाईनीत हनुमानाचे मंदीर नाही? आमच्या रामराज्यात प्रत्येक पोलीस लाईनीत हनुमानजी आहेत.''

आय. जी. म्हणाले, ''हनुमानजी कोण? आम्हाला माहीत नाही.''

मातादीन म्हणाले, ''प्रत्येक कर्तव्यपरायण पोलिसाने हनुमंताचे दर्शन घेणे जरुरीचे आहे. हनुमान सुग्रीवाच्या स्पेशल ब्रँचमध्ये होते. त्यांनी सीतामातेचा शोध घेतला होता. कलम नं. २६२ खाली गुन्ह्याची नोंद झाली होती. हनुमानजींनी रावणाला तिथल्या तिथेच शिक्षा दिली. त्याच्या प्रॉपर्टीला आग लावली. पोलिसांना हा अधिकार असला पाहिजे. अपराध्याला पकडा आणि तिथल्या तिथे सजा द्या. कोर्टात जाण्याची झंझट नाही. मात्र ही पद्धती अजून आमच्या रामराज्यात चालू झालेली नाही. हनुमानजींच्या कर्तृत्वामुळे रामचंद्र प्रसन्न झाले. ते त्यांना आयोध्येला घेऊन आले व टोल नाक्यावर त्यांची नेमणूक केली. हेच हनुमानजी आमचे आराध्य दैवत आहेत. मी त्यांचे फोटो आणले आहेत. त्या आधारे त्यांच्या मूर्ती बनवा व प्रत्येक पोलीस लाईनीत त्याची प्रतिष्ठापना करा.''

थोड्याच दिवसात चंद्रावर सगळ्या पोलीस लाईनीत हनुमानजींची प्रतिष्ठापना झाली.

पोलीस आळशी आणि बेपर्वा कशामुळे झाले असावेत? मातादीन त्या कारणांचा अभ्यास करत होते. अपराध्यांकडे ते का बरं लक्ष देत नव्हते? काही कारण सापडत नव्हतं. एकाएकी त्यांची ट्यूब पेटली. त्यांनी कारकुनाला सांगितलं, ''पोलिसाचं पगारपत्रक बघू.''

पगारपत्रक बघितलं, तेव्हा नेमकं कारण त्यांच्या लक्षात आलं. संध्याकाळी त्यांनी गृहमंत्र्यांना सांगितलं. "आपले पोलीस कार्यक्षम का नाहीत हे नेमकं लक्षात आलंय. आपण इतका भरपूर पगार देता, अखेर पोलिसांनी अपराध्याला पकडायचं तरी कशासाठी? आमच्याकडे याच्या चौथ्या हिश्शानेही पगार नाहीत. म्हणून ते चोवीस तास गुन्ह्याचा तपास करतात. आपण यांचे पगार ताबडतोब कमी करा."

गृहमंत्री म्हणाले, "पण हा तर अन्याय होईल. चांगला पगार मिळाला नाही; तर ते काम करतील?"

मातादीन म्हणाला, "यात कोणताही अन्याय नाही. आपण पहालच, पहिली पगार कपात त्यांनी पाहिली; की त्यांच्या मनोवृत्तीत क्रांतिकारक परिवर्तन होईल."

पोलीस महासंचालकांनी पगार कमी केले आणि पहिल्या दोन-तीन महिन्यांतच फरक दिसायला लागला. पोलीस एकदम हुशार झाले. खडबडून जागे झाले. चारी बाजूला नजर ठेवू लागले. गुन्हेगारांच्या जगात एकदम घबराट निर्माण झाली. पोलीस महासंचालकांनी सगळ्या ठाण्याचं रेकॉर्ड मागवून घेतलं. पहिल्यापेक्षा किती तरी जास्त गुन्हे नोंदविले होते. त्यांनी मातादीनाला बोलावून सांगितलं, "मी आपल्या चाणाक्षपणाची तारीफ करतो. आपण क्रांती केलीत. पण हे कसं काय घडलं?"

मातादीनने समजावलं, "अगदी साधी गोष्ट आहे. कमी पगार दिला, तर त्यांची गुजराण होणार नाही. हजार दीड हजारात शिपाई आपल्या कुटुंबाचं नीट पालन-पोषण करू शकणार नाही. दोन अडीच हजारात इन्स्पेक्टर थाटामाटात राहू शकणार नाही. त्याला वरकमाईची जरूर पडेल आणि वरकमाई तेव्हाच होईल, जेव्हा तो अपराध्याला पकडेल. त्याच्या गरजेपोटी तो अपराध्यावर लक्ष ठेवेल. सचेत, कर्तव्यदक्ष व चपळ होईल. आमच्या रामराज्याच्या स्वच्छ आणि सक्षम प्रशासनाचं हेच रहस्य आहे."

चंद्रलोकात या चमत्काराची बातमी पसरली. लोक मातादीनला बघायला आले. हा माणूस आहे तरी कसा, जो पगार कमी करून सक्षमता आणू शकतो. पोलीसही खूष होते. म्हणत होते, "गुरू आपण इकडे आला नसतात, तर आम्ही निव्वळ पगारावरच भागवत राहिलो असतो." शासनही खूष होतं. अर्धी समस्या दूर झाली. पोलीस गुन्हेगारांना पकडू लागले. आता फक्त गुन्ह्याच्या तपासाच्या पद्धतीत सुधारणा करण्याचे राहून गेले होते. अपराध्याला पकडल्याशिवाय शिक्षा कशी द्यायची? मातादीन वाट बघत होते. एखादी मोठीशी केस आली, तर नमुन्यादाखल त्याचा तपास कसा करायचा, हे प्रत्यक्षच दाखवून देता येईल. एक दिवस आपापसातील मारामारीत एक माणूस मारला गेला. मातादीन पोलीस ठाण्यात येऊन बसले. म्हणाले, "नमुन्यासाठी या केसचं मी इन्व्हेस्टिगेशन करून

दाखवतो. तुम्ही समजावून घ्या. ही खुनाची केस आहे. खुनाच्या केसमध्ये पुरावा अगदी पक्का असायला हवा.''

पोलीस इन्स्पेक्टर म्हणाला, ''प्रथम खुन्याचा पत्ता लागला पाहिजे. मग पुरावे गोळा करता येतील.'' मातादीन म्हणाला, ''छे छे! असा उलटा चालू नकोस. प्रथम पुरावे बघा. कुठे रक्त लागलंय का? कुठल्या कपड्यावर किंवा आणखी कुठे?''

एक इन्स्पेक्टर म्हणाला, ''हं! मारणारा तर पळून गेला. मेलेला रस्त्यावर बेहोष पडलेला होता. एक भला माणूस होता तिथे! त्याने त्याला उठवलं आणि हॉस्पिटलमध्ये पाठवलं. त्या भल्या माणसाच्या कपड्यावर रक्ताचे डाग पडले आहेत.''

मातादीन म्हणाला, ''त्याला लगेच गिरफदार करा.''

पोलीस इन्स्पेक्टर म्हणाला, ''पण त्याने तर मरणाऱ्या माणसाला मदत केली होती.''

मातादीन म्हणाला, ''ते सगळं ठीक आहे, पण तुम्ही रक्ताचे डाग शोधण्यासाठी आणखी कुठे फिरणार? जे पुरावे सापडताहेत. ते तरी कब्जात घेऊन ठेवा.''

त्या भल्या माणसाला पकडून आणण्यात आले. तो म्हणाला, ''मी तर मरणाऱ्या माणसाला हॉस्पिटलमध्ये पाठवले. माझी काय चूक?''

चंद्रावरचे पोलीस त्याच्या बोलण्याने प्रभावित झाले. मातादीनवर मात्र त्याचा काही परिणाम झाला नाही. सगळे पोलीस उत्सुक होते. मातादीन आता काय तर्क लढवणार, ते त्यांना पहायचे होते.

मातादीन म्हणाला, ''तू भांडणाच्या जागी गेलासच का?'' तो म्हणाला, ''मी भांडणाच्या जागी गेलो नाही, तिथे माझे घर आहे. भांडण माझ्या घरासमोर झाले.''

आता मातादीनच्या चातुर्याची खरी परीक्षा होती. सगळे पोलीस उत्सुकतेने पाहत होते. मातादीन म्हणाला, ''घर आहे ते ठीक आहे. पण मी विचारतोय, भांडणाच्या जागी जायचं कशाला?''

या तर्काला काहीच उत्तर नव्हते. तो पुन्हा पुन्हा म्हणत होता, ''मी झगड्याच्या जागी गेलो नाही. माझं घर तिथे आहे.''

मातादीन म्हणाला, ''ते सगळं ठीक आहे. पण झगड्याच्या जागी जायचंच कशाला?''

या तर्कप्रणालीने सारे पोलीस अतिशय प्रभावित झाले.

आता मातादीनने तपासकार्याचे सिद्धान्त समजावयाला सुरुवात केली.

''हे बघा, माणूस मेलाय. तेव्हा हे निश्चितच आहे, की त्याला कुणी ना कुणी तरी मारलंय. कुणीतरी खुनी आहे. कुणाला तरी शिक्षा झाली पाहिजे. प्रश्न असा आहे, की कुणाला शिक्षा झाली पाहिजे? पोलिसांच्या दृष्टीने या गोष्टीला तितकंसं

महत्त्व नाही. पोलिसांच्या दृष्टीने महत्त्व आहे, गुन्हा कुणावर शाबीत होऊ शकेल, किंवा कुणावर शाबीत व्हायला हवा. खून झालाय, तर कुणाला तरी शिक्षा व्हायला हवी. अपराध्याला होणार, की कुणा निरपराध्याला, ही गोष्ट आपल्या कक्षेत येत नाही. माणूस, माणूस म्हणून सगळा एकच! सगळ्यामध्ये त्याच परमात्म्याचा अंश आहे. आम्ही भेदभाव करत नाही. हा पोलिसांचा मानवतावाद आहे.

"दुसरा प्रश्न असा, की गुन्हा कुणावर शाबीत व्हायला हवा? याचा निर्णय दोन गोष्टींच्या आधारे करायचा–

(१) तो माणूस पोलिसांच्या कामात आडवा येतो का? त्यांच्या कामात अडथळा आणतो का?

(२) त्याला शिक्षा दिल्यामुळे वरिष्ठ खूष होतील काय?"

मातादीनला सांगितलं गेलं, की तो माणूस भला आहे. पण पोलिसांनी अन्याय केला, तर तो विरोध करेल आणि वरिष्ठांच्या बाबतीत सांगायचं झालं, तर वर्तमान शासनाच्या विरोधी पक्षाच्या गटातला तो आहे.

मातादीन टेबलावर हात आपटत म्हणाला, "फर्स्ट क्लास केस. पुरावा म्हटलं, तर पुरावा आहेच आणि वर वरिष्ठांचा पाठिंबा."

एक इन्स्पेक्टर म्हणाला, "पण एखाद्या निपराध्याला शिक्षा दिली जावी ही गोष्ट आमच्या गळी उतरत नाही."

मातादीन म्हणाला, "हे बघा मी तुम्हाला किती वेळा समजावलं, की सर्वभूती ईश्वर आहे. प्रत्येकात ईश्वराचा अंश आहे. शिक्षा निरपराध्याला झाली काय, किंवा अपराध्याला, अखेर फासावर तर परमेश्वरच जाणार ना? शिवाय तुम्हाला रक्ताचे डाग सापडले आहेत ते सोडून तुम्ही रक्ताचे डाग शोधत कुठे फिरणार? तुम्ही एफ. आय. आर. भरून टाका."

मातादीनने एफ. आय. आर. भरून टाकलं. वेळ काळासाठी जरूर पडल्यास थोडी मोकळी जागा ठेवायला लावली.

दुसऱ्या दिवशी पोलीस इन्स्पेक्टर ऑफ चंद्र म्हणाला, "गुरुदेव आमच्यावर मोठं संकट कोसळलंय. सगळी सज्जन माणसं येताहेत. म्हणताहेत, त्या बिचाऱ्या निरपराध्याला कशाला गुंतवताय? असं चंद्रलोकात आजपर्यंत कधी झालं नाही. बोला! काय उत्तर द्यायचं आम्ही? आम्हाला खूप शरम वाटते."

मातादीन इन्स्पेक्टरला म्हणाला. "घाबरू नका. सुरुवातीला असं काम करताना माणसाला शरम वाटते. यापुढे तुम्हाला निरपराध्याला सोडायला शरम वाटेल. प्रत्येक गोष्टीला उत्तर आहे. आता आपल्यापुढे जे येतील, त्यांना सांगा, ते निर्दोष आहेत, हे आम्हाला माहीत आहे. पण काय करणार? हे सगळं वरून होतय!"

इन्स्पेक्टर म्हणाले, "जर हे उपसंचालकांकडे गेले तर?"

"उपसंचालकांनीही सांगायचं हे सगळं वरून होतंय!"

"ते पोलिस महसंचालकांकडे गेले तर?"

"महासंचालकानीही सांगायचं सगळं वरून होतयं!"

"मग ते पंतप्रधानांकडे जातील."

पंतप्रधानही म्हणतील, "तो निर्दोष आहे हे मी जाणतो! पण हे सगळं वरून होतंय ना?"

इन्स्पेक्टर म्हणाला, "त्यावर ते..."

मातादीन म्हणाला, "त्यावर काय? त्यावर ते कुणाकडे जातील? देवाकडेच ना? देवाला विचारून कोण परत आलंय?"

इन्स्पेक्टर गप्प बसला. तो या महान प्रतिभेमुळे अगदी चकित झाला होता.

मातादीन म्हणाला, "एक मंत्र- वरून होतंय, हा मंत्र आमच्या देशातील सरकारला पन्नास वर्षं वाचवतोय. तुम्हीही हा मंत्र शिकून घ्या."

इन्स्पेक्टर म्हणाला, "घटना पाहिलेले साक्षीदार कसे मिळतील?"

मातादीनने आपल्या हाताच्या पालथ्या मुठीने कपाळ बडवत म्हटलं. "कसल्या मूर्ख लोकांच्यात गुंतवलं सरकारने! यांना तर तपास कामाचा अ...आ...इ... सुद्धा येत नाही." अतिशय चिडून त्यानं म्हटलं, "प्रत्यक्षदर्शी साक्षीदार कुणाला म्हणतात, माहीत आहे? जो घटना प्रत्यक्ष बघतो, तो प्रत्यक्षदर्शी साक्षीदार नव्हे; तर जो म्हणतो, मी ही घटना प्रत्यक्ष पाहिली आहे, तो प्रत्यक्षदर्शी साक्षीदार!"

इन्स्पेक्टर म्हणाला, "असं कोण कशाला म्हणेल?' मातादीन म्हणाला, "म्हणेल! समजत नाही कसं डिपार्टमेंट चालवतात! अरे अशा प्रत्यक्षदर्शी साक्षीदारांची यादी पहिल्यापासूनच पोलिसात असते. जिथे गरज असेल, तिथे त्यांना साक्षीदार बनवायचं. आमच्याकडे असे लोक आहेत. जे वर्षातून तीन-चारशे दंगे-धोपे आणि हाणामाऱ्यांचे प्रत्यक्षदर्शी साक्षीदार असतात. आमची न्यायालयेसुद्धा ही गोष्ट मान्य करतात. की या लोकांकडे काही दैवी शक्ती आहे. त्यामुळे त्यांना माहीत होतं, की विशिष्ट जागी हाणामारी होणार आहे आणि ते तिथे आधीच पोचतात.

"मी तुम्हाला असे साक्षीदार मिळवून देतो. आठ-दहा उचले, मटका लावणारे, दारू गाळणारे उचलून आणा. चोऱ्या-माऱ्या, हाणामारी, गुंडगिरी करणारे हे लोक असावेत."

दुसऱ्या दिवशी शहारातील आठ-दहा नवरत्ने हजर झाली. त्यांना बघून मातादीन गदगदून गेला. खूप दिवसात त्याने असे लोक बघितले नव्हते. अगदी सुनं सुनं वाटत होतं.

मातादीनला प्रेमाचा उमाळा आला. त्याने विचारलं, "तुम्ही त्या माणसाला काठी मारताना बघितलं ना?"

ते म्हणाले, ''नाही साहेब! आम्ही तिथे नव्हतोच तर!'' मातादीनला माहीत होतं, हा त्यांचा पहिलाच प्रसंग आहे.

तो म्हणाला, ''तुम्ही तिथे नव्हतात, हे मला मान्य आहे; पण त्याला लाठी मारताना पाहिलं तर होतं!''

त्यांना वाटलं, हा कुणी वेडा माणूस असावा म्हणून तर असं असंबद्ध बोलतोय. ते हसू लागले.

मातादीन म्हणाला, ''हसू नका. उत्तर द्या!''

ते म्हणाले, ''जर तिथे आम्ही नव्हतोच, तर कसं बघणार?''

मातादीन गुरगुरला, ''कसं बघणार? सांगतो. तुम्ही जे काम करता, त्या साऱ्याची इथे नोंद आहे. प्रत्येकाला दहा वर्षे तरी तुरुगांत टाकता येईल. तुम्ही तुमची कामं यापुढेही करू इच्छिता, की तुरुंगात जाऊ इच्छिता?''

ते सगळे घाबरून म्हणाले, ''नाही साहेब तुरुंगात नको!''

मातादीन म्हणाला, ''ठीक! मग तुम्ही त्या माणसाला लाठी मारताना पाहिलंत ना?''

ते म्हणाले, ''पाहिलं साहेब! तो माणूस घरातून निघाला. आणि त्याने जे लाठीने मारायला सुरुवात केली, ती तो माणूस बेहोष होऊन रस्त्यात पडेपर्यंत!''

मातादीन म्हणाला, ''ठीक आहे, यापुढेही अशाच मारामाऱ्या पाहणार ना?''

ते म्हणाले, ''आपण जे सांगाल, ते पाहू!''

इन्स्पेक्टर ऑफ चंद्र हा चमत्कार पाहून काही काळ बेशुद्ध झाला. शुद्धीवर आला, तेव्हा त्याने मातादीनच्या पावलांशी लोळण घेतली.

मातादीन म्हणाला, ''बाजूला हो! काम करू दे!''

शिपाई पाय धरत म्हणाला, ''जीवनभर मी या श्रीचरणांजवळ राहू इच्छितो!''

मातादीनने पुढची सगळी कार्यप्रणाली निश्चित केली. एफ. आय. आर. बदलणे, मध्ये मध्ये काही घालणे. रोजनिशी बदलणे, साक्षीदार फोडणे, सगळं शिकवलं.

चंद्रावरचे पोलीस शिक्षित झाले. धडाधड गुन्हे नोंद होऊ लागले. गुन्हेगारांना शिक्षा होऊ लागल्या. चंद्रावरचं सरकार खूष झालं. पोलिसांची अशी तत्परता आणि चलाखी, भारत सरकारच्या सहयोगामुळेच शक्य झाली.

एके दिवशी मातादीनचा सार्वजनिक सत्कार झाला. भरगच्च फुलांनी लगडलेल्या, सजवलेल्या उघड्या जीपमध्ये बसवून त्यांची मिरवणूक काढली गेली. आसपास हजारोंच्या संख्येने उपस्थित असलेले लोक, त्यांचा जयजयकार करत होते आणि ते हात जोडून मिजासी विनम्रतेने आपल्या गृहमंत्र्यांच्या शैलीत उत्तर देत होते.

आयुष्यात पहिल्यांदाच ते असं करत होते. त्यामुळे थोडं विचित्र वाटत होतं.

सव्वीस वर्षांपूर्वी पोलिसात भरती होताना कुणी विचार केला होता, की एक दिवस दुसऱ्या लोकात त्यांचं अभिनंदन होईल. त्यांना पश्चात्ताप झाला. मानात आलं, या प्रसंगासाठी धोतर, कुडता, टोपी आणली असती, तर बरं झालं असतं.

भारतात गृहमंत्री बसल्या बसल्या दूरदर्शनवरचं हे दृश्य पाहत होते आणि विचार करत होते, माझ्या सद्भावना भेटीसाठी चांगलं वातावरण तयार झालं आहे.

एक दिवस चांद्र संसदेचे विशेष अधिवेशन बोलावण्यात आले. खूप मोठं वादळ उठलं. वाद-विवाद, वितंडवाद झाले. या अधिवेशनाबद्दल पूर्णपणे गुप्तता पाळण्यात आली होती. त्यामुळे बातम्या प्रसिद्ध झाल्या नाहीत; पण संसदेच्या भिंतीवर आदळून काही शब्द बाहेच आलेच.

सदस्य ओरडून ओरडून बोलत होते. ''कुणी आजारी बापाला औषधपाणी करत नाही.''

''बुडणाऱ्या लहानग्याला कोणी वाचवत नाही.''

''घर पेटलं, तर कुणी आग विझवायला पुढे होत नाही.''

''माणूस जनावरापेक्षा हीन झालाय.''

''सरकारने ताबडतोब राजीनामा द्यावा.''

चंद्रावरील पंतप्रधानांच्या हळूहळू सगळं लक्षात आलं.

दुसऱ्या दिवशी चंद्रावरील पंतप्रधानांनी मातादीनला बोलावलं. मातादीनने पाहिलं, ते एकदम म्हातारे दिसू लागले होते. वाटत होतं, हे कित्येक रात्री झोपले नसावेत.

पंतप्रधानांनी म्हटलं, ''मातादीनजी, आम्ही आपले आणि भारत सरकारचे अत्यंत आभारी आहोत. आता उद्या आपण आपल्या देशात परत जा.''

मातादीन म्हणाले, ''मी माझी टर्म पूर्ण करूनच जाईन.''

पंतप्रधान म्हणाले, ''बाकी टर्मचे वेतन घेऊन जा... दुप्पट घेऊन जा... वाटल्यास तिप्पट घेऊन जा...''

मातादीन म्हणाले, ''आमचा सिद्धान्त आहे. आम्हाला पैसा नाही, काम प्रिय आहे.''

अखेर चंद्रावरील पंतप्रधानांनी भारतातल्या पंतप्रधानांना एक गुप्त पत्र लिहिलं. चौथ्या दिवशी मातादीनला परत येण्याविषयी आय.जी.ची ऑर्डर मिळाली.

त्यांनी एस. पी. साहेबांच्या घरासाठी तळवे चमकवणारा दगड यानात ठेवला आणि चंद्राचा निरोप घेतला. त्यांना जाताना पाहून पोलीसवाले रडू लागले.

किती तरी काळपर्यंत हे रहस्यच राहिलं, की चंद्रावर असं काय घडलं, की ज्यामुळे मातादीनला अशा तऱ्हेने अचानक परतावं लागलं? चंद्रावरील पंतप्रधानांनी भारताच्या पंतप्रधानांना असं काय लिहिलं?

एक दिवस ते पत्रही खुलं झालं. त्यात लिहिलं होतं की इन्स्पेक्टर मातादीनची

सेवा आम्हाला प्रदान केली, याबद्दल धन्यवाद! पण आता आपण त्यांना ताबडतोब बोलावून घ्यावं. आम्ही भारताला मित्रदेश समजत होतो; पण आपण आमच्याशी शत्रुवत व्यवहार केलात. आम्हा भोळ्या लोकांचा विश्वासघात केला. आपल्या मातादीनने आमच्या पोलिसांना जसं घडवलं आणि जे काही शिकवलं, त्याचा परिणाम असा झाला...

कुणी माणूस मरणाऱ्याजवळ जात नाही. या भीतीने, की खुनाच्या आरोपाखाली त्यालाच गुंतवलं जाईल. मुलगा आपल्या आजारी बापाची सेवा करत नाही. त्याला भीती वाटते, की बाप मेलाच तर त्याच्यावर बापाच्या हत्येचा आरोप ठेवला जाईल. घर जळत राहतं. पण कुणी आग विझवायला पुढे होत नाही. घाबरतात; की आग लावल्याचा गुन्हा त्यांच्यावरच दाखल केला जाईल. लहान मुलं नदीत बुडू लागली, तर त्यांना वाचवण्याचा प्रयत्न कुणी करत नाही, या भयाने की त्या मुलाला बुडवण्याचा आरोप त्यांच्यावर लागू केला जाईल. सगळी माणुसकी संपुष्टात आलीय. मातादीनने आमची अर्धी संस्कृती नष्ट केलीच आहे. आता ते इथे राहिले, तर सारीच्या सारी संस्कृती नष्ट करतील. त्यांना ताबडतोब रामराज्यात बोलावून घ्यावे.

मूळ कथा - इन्स्पेक्टर मातादिन चाँदपर

❑

सुदाम्याचे पोहे

(कृष्णाकडून मनसोक्त संपत्ती प्राप्त करून सुदामा ब्राह्मण आपल्या भवनात आरामात राहू लागला. त्याला काही काम करावं लागत नव्हतं. त्यामुळे बायकोबरोबर भांडणं आणि जांभया देणं, याव्यतिरिक्त जो रिकामा वेळ उरत असे, त्या वेळात तो काही लिहीत वाचत होते. त्यातील काही संस्मरण आणि दैनंदिनीचा काही भाग अलीकडेच सापडला आहे. त्यातील कृष्णभेटीचा प्रसंग इथे उद्धृत केला आहे...लेखक)

लोकांच्या टीका टिप्पणीने मी पार वैतागून गेलोय. लोक मला निवांतपणा का मिळू देत नाहीत? लोक म्हणतात, 'कृष्णाने प्रजेच्या खजिन्यातलं धन घेऊन मित्राला दिलं.' मला थोडंसं धन दिलं, तर कृष्णाने अनुचित असं काय केलं? राजपद प्राप्त झाल्यावर आपल्या भाऊबंदाचं आणि मित्राचं कोण भलं करत नाही? कुणी कुणी तर मलाच मूर्ख म्हणतात. म्हणतात ''कृष्णाने मी दिलेले दोन मुठी पोहे खाऊन मला दोन लोक दिले होते. मीच मूर्खपणाने ते परत केले.'' काल सकाळी मी महालाबाहेरील मैदानात दंतधावन करत फिरत होतो. मला एक प्रहरपर्यंत दंतधावन करण्याची सवय आहे, कारण कसा का होईना वेळ तरी घालवायला हवा. समोरून देवदत्त ब्राह्मण, आपल्या कुठल्या तरी परदेशी बांधवाला घेऊन निघाला होता. माझ्याकडे बोट दाखवत तो म्हणाला, 'हाच तो मूर्ख सुदामा. याला कृष्णाने दोन लोक दिले होते, पण याने ते परत केले.' हे ऐकून माझ्या अंगाअंगात आग उसळली; पण मी क्रोध पिऊन टाकला. काय करणार? मीच तर ही अफवा पसरवली होती. माणसाच्या बुद्धीला या युगात काय झालंय, कुणास ठाऊक? कुणी असं म्हटलं नाही की 'हे मिथ्यावादी सुदामा, कृष्ण जर प्रत्येक भेटणाऱ्याला एक-दोन लोक देऊ लागला तर त्याला दररोज हजारो लोक वाटावे लागलील. पण लोक तर तीनच आहेत आणि मथुरा तिन्ही लोकांपेक्षा न्यारी आहे. आणि हे मिथ्यावादी ब्राह्मणा, तू जर असं म्हणत असशील, की केवळ तूच त्याला भेटायला गेला होतास, तर तेही खोटं आहे. जो कुणी राजधानीत जातो. तो उच्च पदावरील आपल्या परिचिताला भेटून येतोच! कृष्ण तर हसतमुख आणि मनमिळाऊ आहे. त्याला नृत्य, नाट्य, संगीताचा शौक आहे. त्याच्या आसपास कलावंत

सुंदरींची गर्दी असते. ज्या राजनेत्यांच्या आसपास सुंदरींचा गराडा असतो, त्याला भेटणाऱ्यांची संख्या कमी नसते.

कित्येक युगे लोकांनी या गोष्टीवर विश्वास ठेवला, कुणीही शंका घेतली नाही. की, कृष्णाने माझे दोन मुठी पोहे खाऊन, मला दोन लोक दिले होते; पण मी ते त्याला परत केले. आज मात्र मी खरी गोष्ट लिहून टाकतोच! त्यामुळे या कागदांच्या आधारे तरी, 'निरवधी काल आणि विपुला पृथ्वी'वर पुढे कुणीही या विश्वाला सांगू शकेल, की ही दोन मुठी पोह्यांची गोष्ट खोटी आहे. सुदाम्याने कृष्णाकडून दान नाही घेतलं. परस्परांच्या सोयीसाठी सौदा केला होता.

मी जेव्हा द्वारकेला यायला निघालो, तेव्हा ब्राह्मणीने शेजारणीकडून थोडेसे पोहे उधार आणून एका गाठोड्यात बांधून माझ्याजवळ दिले. तिला माहीत होतं, की राजपुरुष कुणाकडूनही भेट स्वीकारल्याशिवाय कुणाचेही काम करत नाहीत. माझ्या घरात तेवढे पोहे नव्हते? असं मुळीच नाही. पण, ब्राह्मणीला माहीत होतं, की राजपुरुष उधारी किंवा चोरीच्या मालाने अधिक प्रसन्न होतात.

कृष्णाने मोठ्या प्रेमाने मला जवळ बसवलं. माझ्या खाकेत दाबलेलं गाठोडं खेचलं. उलटं पालटं करून पाहिलं. त्यात पोह्याचा एक कणही नव्हता. कृष्णाने माझ्याकडे मोठ्या आश्चर्याने आणि चिडून पाहिलं म्हणाला, "कुठे गेले पोहे? तू पुन्हा कपट केलसं! मी आपल्या दिव्य दृष्टीने पाहिलं होतं, की वहिनींनी माझ्यासाठी गाठोड्यात पोहे बांधून दिले होते."

माझ्या मनात आलं, की सांगावं, 'माझ्या राजमित्रा, ज्या दृष्टीने तुला मित्राच्या बायकोने नवऱ्याला गाठोड्यात बांधून दिलेले पोहे दिसले, त्या दृष्टीने लोकांची गरिबी आणि उपासमारी का नाही पाहत?' पण थोडासा विचार करून मी गप्प बसलो.

कृष्ण पोहे खायला उत्सुक होता. त्याचा आग्रह प्रेमासाठी कमी, पण या कारणासाठी जास्त होता, की आसपासचे चित्रकार पोहे खातानाचे चित्र काढण्यासाठी तयारीत उभे होते. चित्र काढून त्याच्याखाली लिहिलं जाईल. 'दीनबंधू एका दीनाचे पोहे खाताना...'

त्याने कृत्रिम रोषाने विचारले, "तू पोहेही खाल्लेस?"

"नाही!" मी म्हटलं.

"मग? गेले कुठे?" त्याने विचारले.

मी म्हटलं, "नाही सांगणार! मी वचनबद्ध आहे."

"कुणाशी वचनबद्ध आहेस."

"तुझ्या रक्षक विभागाच्या अधिकाऱ्याशी! तो म्हणाला, 'जर तू हे सगळं महाराजांना सांगितलंस, तर तुझी ब्राह्मणी विधवा होईल."

कृष्ण हसला. म्हणाला, "मित्रा, हे सगळं प्रकरण आहे तरी काय? मला सांग. मी तुला अभयदान देतो. माझ्या स्वतःच्या रथातून तुला सुरक्षितपणे तुझ्या घरी पोचवतो."

आश्वासन मिळाल्यावर मी म्हटलं, "ठीक आहे. मी तुला सांगतो; पण त्यापूर्वी राज्यशासनाबाबत मी तुझी परीक्षा घेतो. सांग! खरवड कशाला म्हणतात? आणि चांगल्या शासनात त्याचं काय महत्त्व आहे."

कृष्ण माझ्याकडे मूर्खासारखा बघायला लागला. म्हणाला, "मी तर हा शब्द ऐकलाही नाही!"

मी म्हटलं, "आश्चर्य आहे! शासनातील सर्वात महत्त्वची नीती जाणत नाहीस आणि राज्य करतोस?"

कृष्ण उतावीळ होत म्हणाला, "आधी तू पोह्याचं काय झालं ते सांग!"

मग मी सगळी घटना खुलासेवार सांगितली. तीच इथे लिहितोय...

इतरांकडे मागत मागत आणि खात खात मी द्वारका नगरीत पोहोचलो. नगरीचे वैभव पाहून मी चकित झालो. सगळं धन एकत्र होऊन द्वारकेकडे आलं होतं. सगळी विद्या एकत्र आली होती. मोठमोठे कलावंत, पंडित, कवी, गायक, राजधानीमध्ये येऊन वसले होते, कारण इथे राज्यपुरस्कार मोठ्या प्रमाणात वाटले जायचे. या साऱ्यामध्ये माझ्यासारख्या दीन ब्राह्मणाला कोण विचारणार? मी नगरीच्या बाहेर स्नान न करताच चंदन लावलं. त्यामुळे विचारल्यानंतर नागरिक कमीत कमी रस्ता तरी सांगत होते.

विचारत विचारत मी कृष्णाच्या महालापुढे येऊन पोहोचलो. तिथल्या एका कर्मचाऱ्याला मी म्हटलं, "भाऊ मला महाराजांना भेटायचंय!" त्याने मला नीट न्याहाळून पाहिलं आणि मग बहुधा टाळण्याच्या हेतूने सांगितलं, "त्या डाव्या बाजूच्या कार्यालयात जा. तिथे विचारपूस करा. तिथे संमती मिळेल. तेव्हा आत जाऊ शकशील."

थोडा विचार करून तो पुन्हा म्हणाला, "तू भाऊ का म्हणलास?"

मी उत्तर दिलं. "मनुष्य मनुष्याला भाऊ म्हणणार ना!"

त्याने मला समजावलं, "खूप भोळा आहेस! यापुढे राजकर्मचाऱ्याला भाऊ म्हणून नकोस. तो मनुष्य असण्यात स्वतःची अप्रतिष्ठा समजतो. त्याला देवता म्हटलं पाहिजे."

मी त्याच्या बोलण्याची खूणगाठ बांधली आणि त्या विशाल कार्यालयाच्या दाराशी पोहोचलो. तिथे किती तरी कर्मचारी होते. त्यातले बरेचसे गप्पा-टप्पा करत होते. ते आपल्या स्थानावरून उठत आणि शेजारच्या जलपान गृहात जाऊन बसत. माझ्या लक्षात आलं, की यांना हेच सारं करण्यासाठी राज्यातून पगार मिळतो.

मी बराच वेळ उभा राहिलो. मग साहस करून आत शिरलो. "ए कुठे घुसतोयस? ही धर्मशाळा नाही आहे. तिकडे जा. तिकडे धर्मशाळा आहे आणि सदावर्त चालू आहे." त्याने बोटाने दक्षिण दिशेकडे संकेत केला.

मी म्हटलं. "देवा, मला महाराजांना भेटायचंय!"

कर्मचारी हैराण होऊन माझ्याकडे पाहत राहिला. मग खो खो हसत म्हणाला, "विप्रदेव, तुम्ही चुकीच्या जागी आलात. हे काही वेड्याचे इस्पितळ नव्हे!"

मी म्हटलं, "भगवान, माझ्या कृश शरीरावर आणि फाटक्या वस्त्रांवर जाऊ नका. मी पूर्ण शुद्धीवर आहे. मी विक्षिप्त नाही आहे. मला खरोखरच महाराज कृष्णांना भेटायचंय!"

इतक्यात अनेक कर्मचारी तिथे आले आणि मला घेरून उभे राहिले. त्यापैकी एकजण म्हणाला, "खूप मोठी महत्त्वाकांक्षा आहे आपली विप्रदेव! आपलं महाराजांकडे काय काम आहे?"

मी म्हटलं, "ते माझे मित्र आहेत. सहपाठी आहेत." यावर ते सगळेच हसू लागले.

एकजण म्हणाला, "वा:! महाराजांना आपणच तेवढे भेटलात, एकत्र शिकण्यासाठी!"

दुसरा बोलू लागला, "विप्रदेव, आपण भांगबिंग तर घेत नाही ना!"

तिसरा म्हणाला, "आपण कोणत्या देशाचे राजे आहात?"

माझ्या संकटग्रस्त देहाकडे आणि दारिद्र्याने फाटक्या-तुटक्या झालेल्या वस्त्रांकडे पाहून ते माझी टिंगल करत होते. मी शरमेने खचत चाललो होतो. पृथ्वी फाटावी आणि मी तिच्यात सामावून जावं, असं मला वाटत होतं. दीनबंधूच्या सेवकांचा एका दीनाबद्दल कसा हा व्यवहार होता!

याचवेळी कार्यालयाच्या दुसऱ्या बाजूने एक कर्मचारी ओरडला, "अरे, काही खरवड-बिरवड आहे की नुसतंच भेटायला चाललाय?" चारी बाजूंनी खरवड...खरवड... असे आवाज येऊ लागले.

'खरवड...' माझ्यासाठी नवीन शब्द होता. मी म्हटलं, "बंधू, खरवड... मला माहीत नाही. शब्दकोशात तर हा शब्द नाही. कुठल्या काव्यात किंवा तत्त्वज्ञानातही आलेला नाही. हा बहुधा राज्यव्यवस्थेतला विशेष शब्द असावा. मला माहीत आहे, चांगलं शासन काही विशेष शब्दांच्या आणि आकड्यांच्या जोरावर चालतं!"

त्यांच्यापैकी एक जो विशेष शहाणा होता, तो म्हणू लागला, "ब्राह्मणदेवता राजदरबारात आला आहेस आणि शासनाची नीती जाणत नाहीस? तुला तर 'खरवड' सुद्धा समजली नाही."

मी मोठ्या नम्रतापूर्वक सांगितलं, "बंधू, मी ग्रामवासी आहे. शासन आमच्या

इथे फक्त करवसुलीसाठी पोहोचतं. राजधानीच्या रीतिनीती मी कशा जाणणार? आमच्या गावात दूध उकळल्यानंतर कढईला जी साय चिकटलेली असते, तिला खरवडून काढलं जातं. तिला खरवड म्हणतात.''

तो म्हणाला, ''अगदी असंच, शासनाच्या कढईला जी मलई चिकटलेली असते, ती आम्ही खरवडतो आणि तिला आम्ही खरवड म्हणतो.''

मला तेव्हाही नीटसं काही कळलं नाही. सगळ्यांना माझी दया आली.

शहाणा म्हणाला, ''तुम्हाला कळलं नाही विप्रदेव! आमच्या म्हणण्याचा अर्थ असा, हेदेखील एक मंदीर आहे. काही भेट वगैरे आणलीच असेल ना? महाराजांना काय भेट दिल्याशिवाय भेटणार? त्यात आमचाही काही हिस्सा असणारच!''

मी अडचणीत सापडलो. मला गप्प बसलेलं बघून एक कर्मचारी म्हणू लागला, ''तुमच्या खाकेत दाबलेल्या त्या गाठोड्यात काय आहे ब्राह्मणदेवता? सोनं आहे?''

मी पोह्याचं गाठोडं आणखी घट्ट दाबून धरलं.

शहाणा कर्मचारी म्हणाला, ''काय आहे त्यात? उघडा!''

मी घाबरलो. जर त्यांनी गाठोडं सोडलं आणि त्यात पोहे बघितले, तर माझी खूपच चेष्टा होईल. मी जडशीळ झालो. तशी रक्षक विभागाचा अधिकारी पुढे सरसावला. त्याचं धिप्पाड शरीर, कठोर चेहरा आणि विंचवाच्या नांगीसारख्या मिशा पाहून घाबरलो. तो कर्कश्य स्वरात म्हणाला, ''अरे दोन थपडा लगाव. तेव्हाच हा ब्राह्मणाचा बच्चा तोंड उघडेल!''

मी थरकापलो. झटकन गाठोडं सोडलं. पोहे बघून सारेच हैराण झाले. एक दुसऱ्याकडे पाहू लागले. एकजण म्हणाला, ''हा ब्राह्मण वेडा आहे. पोहे घेऊन कुणी महाराजांना भेटायला जाईल?''

एवढ्यात तो रुबाबदार कर्मचारी तिथे आला. तो म्हणाला, ''यात काही तरी रहस्य आहे. हे सधारण पोहे नाही वाटत! महाराजांसाठी कुणी असे साधे पोहे घेऊन त्यांची भेट घेईल? हे ब्राह्मण लोक मोठे रहस्यमय असतात. तऱ्हेतऱ्हेचे मंत्र-तंत्र करतात. हे पोहे मंत्राने सिद्ध केलेले वाटतात. ते महाराजांना देण्यासाठी तो चाललाय!''

मी विचार केला, या भ्रमाची बाही पकडूनच कृष्णापर्यंत पोचता येईल. मी सांगितलं, ''अकरा दिवस आणि रात्री निरंतर मंत्रोच्चार करून हे पोहे सिद्ध केलेले आहेत.''

''काय गुण आहेत याच्यात?''

''मनोवांछित फळ... धनप्राप्ती, स्त्री-सुख, स्वास्थ्य, पुत्रलाभ, शत्रुनाश!''

इतकं ऐकताच ते सगळे पोह्यांवर तुटून पडले. प्रत्येकाची काही ना काही

इच्छा होती. कार्यालयातलं काम बंद झालं. सगळे कर्मचारी तिथे गोळा झाले. जो यायचा, तो चिमुटभर पोहे तोंडात टाकायचा. जेव्हा अर्धी मूठ पोहे उरले, तेव्हा मी ते गोळा करत म्हटलं, "आता एवढे महाराजांसाठी राहू देत."

त्याच वेळी, एक मोठा अधिकारी तिथे आला. मला धमकी देत म्हणाला, "कुठे घेऊन चाललाहेस? मलाही पोहे खायचे आहेत. दुसऱ्या खेपेत महाराजांसाठी घेऊन ये!" त्याने उरले-सुरले पोहे तोंडात टाकले.

मी रिकामं फडकं झटकलं आणि खाकेत दाबून ठेवलं. मोठमोठ्या मिशावाल्या रक्षक विभागाच्या त्या भयावह अधिकाऱ्याने एका सेवकला बोलावलं, आणि आदेश दिला. 'यांना महाराजांकडे घेऊन जा.'

मी सेवकाच्या मागोमाग चालू लागलो. चार पावलं पुढे गेलो न गेलो, तोच तो मिशाळ अधिकारी आला आणि माझा हात धरून म्हणाला, "हे बघ ब्राह्मणाच्या बच्चा जर महाराजांना पोह्यांचा मामला सांगितलास, तर तुझी ब्राह्मणी विधवा होईल."

त्याने हात सोडला, तेव्हा मी घाईघाईने महालात आलो.

ही घटना मी कृष्णाला ऐकवली. तो मोठ्या चिंतेत पडला. मी विचारलं, "तू राज्य करतोस की झोपतोस? कसला गोंधळ माजलाय तुझ्या राज्यात! तुझे राज-कर्मचारी पोहेसुद्धा हिरावून घेऊन खातात!"

कृष्ण म्हणाला, "मला हे माहीत नव्हतं. मी आजच चौकशीसमिती नियुक्त करतो; पण बाहेर तू याविषयी काही बोलू नकोस. राज्याची मोठी बदनामी होईल."

मी आखडलो. मी म्हटलं, "मी ब्राह्मण आहे. सत्यवादी! प्राण गेले तरी बेहत्तर, पण सत्य सोडणार नाही! मी दवंडी पिटून सांगेन, की राज्यात असा अंधार पडलाय!"

कृष्णाची स्थिती मोठी दयनीय झाली. तो म्हणू लागला, "हे बघ तू माझा मित्र आहेस! मित्रासाठी थोडंसुद्धा खोटं बोलणार नाहीस?"

मी उपहासाने म्हटलं, "आता तुला मैत्रीची आठवण झाली. प्रथम नाही विचार आला, की माझा मित्र सुदामा दारिद्र्यात दिवस काढतोय!"

कृष्ण म्हणाला, "माझी स्थिती तुला काय कळणार? मला हेच कळत नाही, की कोण आपला आहे नि कोण परका! जेव्हापासून मला हे राजपद मिळालं तेव्हापासून असंख्य लोक माझे आत्मीय बनून माझ्याकडे साहाय्याची याचना करून गेलेत. आत्तापर्यंत वीस हजार काका, पंधरा हजार मामा, पंचवीस हजार पुतणे, दहा हजार मावशा आणि आठ हजार काक्या येऊन गेल्यात! आता सांग, मी कुणाकुणाचं काम करू? आणि खरं विचारलंस, तर माझा अजूनही विश्वास नाही, की जो माझा सहपाठी होता, तो सुदामा तूच आहेस! कारण आठवा सुदामा, कालच येऊन गेला. त्याला मी बाहेरूनच परत पाठवलं. तू कसा आत घुसलास. कुणास

ठाऊक? आलास तर ठीक आहे; पण मैत्रीच्या गोष्टी करू नकोस. कारण मी कसं ओळखणार, तू नक्की कोण आहेस? मी तुझ्याशी सौदा करू शकतो. कारण तुझ्याजवळ राज्याचं एक रहस्य आहे. असं रहस्य, जे उघडं झालं तर शासन कलंकित होईल. बोल! हे रहस्य गुप्त ठेवण्यासाठी तू काय घेशील? इथे अशा तऱ्हेने देऊन घेऊन तोंड बंद केलं जातं!''

मी विचार करू लागलो. मैत्री सोडून सौद्यावरच गोष्टी येऊन ठेपल्या आहेत, तर संकोच सोडून दिला पाहिजे.

मी म्हटलं, ''ठीक आहे! काय देशील?''

''दहा हजार सुवर्णमुद्रा.'' तो म्हणाला.

मी कृतक कोपाने म्हटलं, ''माझं इमान तू इतकं स्वस्त समजतोस?''

''बरं! एक लाख सुवर्णमुद्रा, एक भवन आणि एक गाव घे!''

या किमतीत मी माझं इमान विकून टाकलं.

कृष्णाने मला आपल्या रथातून परत पाठवलं. परतल्यावर मी दोन मुठी पोहे आणि दोन लोकांची गोष्ट पसरवली. लोकांनी त्यावरच विश्वास ठेवला.

जेव्हा केव्हा ही पाने प्रकाशात येतील, तेव्हा सत्य प्रकट होईल, की पोह्याचा एक कणसुद्धा कृष्णाला मिळाला नाही. पोहे तर कर्मचाऱ्यांची खरवड झाले. हे पण लोकांना कळेल, की मी कृष्णाकडून दान घेतलं नव्हतं. सौदा केला होता. काही काळासाठी इमान गहाण ठेवलं होतं.

(मूळ कथेत 'चावल' म्हणजे तांदूळ असं आहे. पण मराठी संस्कृतीत आणि मनात 'सुदाम्याचे पोहे' इतके रुजलेले आहेत, की मी तांदुळाच्या ऐवजी 'पोहे' हाच शब्द वापरला. .... अनुवादिका)

मूळ कथा - सुदामा के चावल

❑

एक नवी कहाणी

ऐका भ्रष्टदेवा तुमची कहाणी. आटपाट नगर होतं. नगराचा एक राजा होता. त्याला कितीतरी राण्या होत्या. महालात 'पांजरपोळ' च उघडला होता म्हणा ना! त्या कितीतरी राण्यांची कितीतरी मुले होती; पण मोठ्या राणीने काय केलं, बाकीच्या राण्यांच्या मुलांना विष देऊन मारून टाकलं. पण त्यामुळे राजा दु:खी झाला नाही, तर प्रसन्नच झाला. राजा नीतिवान होता. चाणक्यनीतीचा त्याने अभ्यास केला होता. चाणक्याने आपल्या चाणक्यनीतीत राजाला सावधगिरीचा इशारा म्हणून जे सांगितलं होतं, ते राजाच्या पक्कं लक्षात होतं. त्याचा आदेश होता, राजाने पुत्रांना कोल्हे समजलं पाहिजे. राणीच्या करणीने काही कोल्हे आपोआपच कमी झाले होते.

मोठ्या राणीला चार मुले. ती सारी जिवंत होती. त्यांना सिंहासनावर बसण्याची घाई झाली होती. त्यामुळे राजाला वृद्ध होणं भाग पडलं. एक दिवस राजाने आपल्या चारी मुलांना बोलावलं. राजा म्हणाला, ''मुलांनो, आता मी आश्रमाच्या चौथ्या अवस्थेपर्यंत आलोय. दशरथाने कानाजवळचे केस पांढरे झालेले पाहताच सिंहासन सोडले. माझ्या केसांची तर खिचडी झालीय. केसांना लावलेला कलप धुऊन जातो. तेव्हा तर सारं डोकं पांढरंच दिसतं. तेव्हा मी आता सन्यास घेईन, तपश्चर्या करेन.''

राजा बोलत होता. पुत्र ऐकत होते. राजा म्हणाला, ''आज मी तुम्हाला हे सांगायला बोलावलंय, की या सिंहासनावर चौघांना बसायला जागा नाही. बसलात तरी आपापसात धक्काबुक्की होईल आणि तुम्ही सगळे खाली पडाल,''

''मग पिताजी, आमच्यापैकी कुणी सिंहासनावर बसावं?'' पुत्रांनी काहीशा अधिरेपणाने विचारले.

''तेच सांगायला तुम्हाला बोलावलंय!'' राजा म्हणाला. राजपुत्र कानात प्राण आणून ऐकू लागले. राजा कुणाचं नाव घेतो, म्हणून उत्सुक झाले.

राजा म्हणाला, ''थोरला राजपुत्र राज्याच्या अधिकारी असतो, हे खरं! पण मी दशरथाप्रमाणे काही पक्षपात करणार नाही किंवा कुणावरही अन्याय करणार नाही.'' राजा म्हणाला, ''तुम्हाला माहीतच आहे. सध्याचं युग हुकूमशाहीचं नसून लोकशाहीचं आहे.'' राजा पुढे म्हणाला, ''आज फाल्गुनी पौर्णिमा. तुम्ही चौघेही आज या

राज्याच्या बाहेर जा. पुढच्या फाल्गुनी पौर्णिमेला बरोबर यावेळी तुम्ही या दरबारात हजर व्हा. या एका वर्षात तुम्ही किती धन कमावलंत. राजा होण्यासाठी तुम्ही किती, कोणती योग्यता संपादन केलीत, ते मी पाहीन. त्यानंतर मंत्रीगणांच्या सल्ल्याने तुमच्यापैकी जो सर्वात योग्य ठरेल, त्याला राज्याभिषेक करून मी वनात तप करण्यासाठी निघून जाईन. मंत्रीगणांचा सल्ला मानणं माझ्यावर बंधनकारक आहे.''

''जशी आज्ञा!'' असं म्हणत मुलांनी राजाला भक्तिहीन प्रणाम केला व ते राज्याबाहेर गेले. आता एक वर्ष तरी मुलांची कटकट मिटली. असा विचार करत राजा महालात विश्रांतीसाठी गेला.

दिवस सरले. आठवडे गेले. महिने उलटले. वर्ष संपलं. फाल्गुनी पौर्णिमा आली. त्या दिवशी चारही राजपुत्र राजसभेत हजर झाले. सिंहासनावर राजा होता. त्याच्या खालच्या आसनावर पंतप्रधान होता. इतर मंत्री, सरदार वगैरे आपापल्या योग्यतेनुसार नि पदानुसार आसनस्थ झाले होते. पुढे भाट, विदुषक, स्तुतिपाठक दरबारची शोभा वाढवीत होते.

राजा म्हणाला, ''मुलांनो, आज बरोबर एक वर्ष झालं. मला आशा वाटत होती की, तुमच्या चौघांपैकी तिघेजण आजारी पडून मृत्यू पावतील किंवा कुणीतरी एक जण उरलेल्या तिघांना मारून टाकेल आणि माझी समस्या सुटून जाईल; पण तुम्ही चारही जण इथे सुखरूप परतला आहात, तर ठीक आहे. आता तुम्ही या सबंध वर्षात काय काय केलं, किती धन जमा केलं, राजाला आवश्यक अशी कोणती योग्यता संपादन केलीत, त्याचा वृत्तान्त कथन करा.''

राजाने आपल्या मोठ्या पुत्राकडे पाहिले. तो हात जोडून म्हणाला, ''महाराज, मी जेव्हा दुसऱ्या राज्यात गेलो, तेव्हा मनाशी विचार केला, की इमानदारी आणि परिश्रम हे राजासाठी आवश्यक गुण आहेत. म्हणून मी एका व्यापाऱ्याकडे गेलो. त्याच्याकडे मालाची पोती उचलायचं हमालाचं काम केलं. एक वर्षभर मी पाठीवरून मालाची पोती वाहून नेली. परिश्रम करून मी प्रामाणिकपणे पैसे मिळवले. मजुरी करून मिळवलेल्या या शंभर सुवर्णमुद्रा माझ्याजवळ आहेत. माझा विश्वास आहे, की इमानदारी, प्रामाणिकपणा आणि परिश्रम हे गुण राजासाठी आवश्यक आहेत. माझ्याजवळ ते आहेत. म्हणून सिंहासनावर बसण्याचा अधिकार मलाच मिळायला हवा.''

त्याचे बोलणे संपले. राजसभेत आता पूर्ण शांतता पसरली. राजाने दुसऱ्या कुमाराकडे पाहिले. तो म्हणाला, ''राज्यातून बाहेर पडल्यावर मी विचार केला, मी राजकुमार आहे. मी क्षत्रिय आहे. क्षत्रियाने आपल्या बाहुबळावर विश्वास ठेवला पाहिजे. म्हणून मी शेजारच्या राज्यात गेलो. तिथे दरोडेखोरांची एक टोळी बनवली

आणि लूटमार करू लागलो. हळूहळू मला राजकर्मचाऱ्यांचंही सहकार्य मिळू लागलं. मग माझं काम खूप जोरात सुरू झालं. दादा ज्या व्यापाऱ्याकडे हमाली करत होता. त्या व्यापाऱ्याच्या घरावर मी दोनदा दरोडा घातला. या एका वर्षातील कमाईच्या पाच लाख सुवर्णमुद्रा माझ्याकडे शिल्लक आहेत. मला वाटतं, राजा साहसी आणि लुटारू असला पाहिजे. हे दोन्ही गुण माझ्याकडे आहेत. म्हणून सिंहासन मलाच मिळायला हवं.''

दुसरा राजपुत्र बोलायचं थांबला. दरबारी मंडळींनी माना डोलावल्या. त्यांचे डोळे विस्फारले.

राजाने संकेत दिल्यावर तिसरा कुमार बोलू लागला. ''महाराज, मी त्या राज्यात गेल्यावर व्यापार सुरू केला. राजधानीत माझं मोठं दुकान होतं. मी चांगल्या साजुक तुपात शेंगदाण्याचे तेल आणि साखरेत रेती मिसळून विकत होतो. मी राजापासून रंकापर्यंत साऱ्यांना हीच तूपसाखर खाऊ घातली. राजाचे कर्मचारी आणि भेसळ प्रतिबंधक अधिकारी मला पकडत नसत. कारण त्या साऱ्यांना मी माझ्या नफ्यातून हप्ता देत असे. एकदा तर राजाने स्वतःच मला विचारलं. 'साखरेत रेतीसारखं काय दिसतंय?'

मी म्हटलं, ''हे करुणानिधी, ही उच्च कोटीच्या खतापासून मिळवलेल्या उसाची साखर आहे. ही केवळ राजामहाराजांसाठीच विदेशातून मी मागवतो.'' राजा हे ऐकून खूष झाला. दादा ज्या व्यापाऱ्याकडे काम करत होता. तो व्यापारी माझंच भेसळयुक्त तूप आणि साखर खात होता. दुसऱ्या दरोडेखोर झालेल्या भावालाही मीच तेलमिश्रित अस्सल तूप आणि रेतीमिश्रित अस्सल साखर खाऊ घातली होती. माझा विश्वास आहे, राजा बेइमान व धूर्त असेल, तरच राज्य व्यवस्थित चालेल. साध्या राजाला कुणी एक दिवससुद्धा राज्यावर टिकू देणार नाही. माझ्यात राजायोग्य दोन्ही गुण आहेत. म्हणून राजगादीचा उत्तराधिकारी व्हायला मीच लायक आहे. माझी एक वर्षातील कमाई दहा लाख सुवर्णमुद्रा सध्या माझ्याजवळ आहेत.''

दहा लाख सुवर्णमुद्रा म्हटल्यावर दरबारींचे विस्फारित डोळे आणखीनच विस्फारले.

नंतर राजाने आपल्या धाकट्या कुमाराकडे पाहिले. त्याची वेशभूषा आणि एकंदर अविर्भाव तिघांपेक्षा वेगळा होता. त्याने अगदी साधे कपडे घातले होते. अनवाणीच आला होता तो दरबारात. डोक्यावरही काहीही नव्हतं. चेहऱ्यावर अत्यंत साधेपणा, भाबडेपणा होता व डोळ्यांत करुणार्द्रता होती.

तो म्हणाला, ''महाराज मी जेव्हा दुसऱ्या राज्यात गेलो, तेव्हा प्रथम मला काय करावं तेच कळेना. चालता चालता मी एका घरापुढे उभा राहिलो. त्यावर लिहिलं होतं, 'सेवाश्रम'. मी आत गेलो आणि तेथील वैभव पाहून थक्क झालो.

असं ऐश्वर्य तर मला राजभवनातही दिसलं नाही. तिथे सुवर्णमुद्रांचा ढीग लागलेला होता. तिघेजण त्या मोजत होते. मी त्यांना विचारलं, "सद्‌गृहस्थहो, आपला धंदा काय आहे?"

"त्याग आणि सेवा", त्यांच्यापैकी एकजण म्हणाला.

"त्याग आणि सेवा तर धर्म आहे." मी म्हटलं, "हे धंदे कधी झाले?"

"तो माणूस चिडून म्हणाला. "तुला ते कळणार नाही. जा. आपला रस्ता सुधार!"

त्या सुवर्णमुद्रांवर माझी लालची नजर खिळून राहिली होती. मी विचारलं, "सुजनहो, तुम्ही एवढ्या सुवर्णमुद्रा कशा मिळवल्यात?"

"धंदा करून!"

"कोणता धंदा?"

तो रागाने म्हणाला, "आताच सांगितलं ना, सेवा आणि त्याग! तू काय बहिरा आहेस का?"

त्यांच्यापैकी एकाला माझी दया आली. त्याने विचारलं, "तुम्हाला काय हवंय?"

मी म्हटलं, "मीसुद्धा आपला धंदा शिकू इच्छितो. मीसुद्धा खूपसे सोने मिळवू इच्छितो."

"उतणार नाहीस. मातणार नाहीस. घेतला वसा टाकणार नाहीस?"

मी म्हटलं, "उतणार नाही, मातणार नाही. घेतला वसा टाकणार नाही!"

त्या दयाळू माणसाने त्याच्या विद्यालयात मला भरती करून घेतलं. एका आठवड्यात त्यांनी मला त्यांच्या 'त्याग व सेवा' या धंद्यात पारंगत केलं. ते म्हणाले, "यासाठी तुला फी कोणतीही आकारली जाणार नाही. तुझा धंदा व्यवस्थित चालेल, तेव्हा श्रद्धेने तुला योग्य वाटेल ती गुरुदक्षिणा दे."

महाराज, मी सेवाश्रमात शिक्षण घेऊ लागलो. मी तिथे राजासारखा थाटामाटात राहिलो. सुंदर वस्त्रे परिधान केली. सुस्वाद भोजन घेतलं. सुंदरी पंख्याने मला वारा घालू लागल्या. शेवटच्या दिवशी आश्रमाच्या व्यवस्थापकाने बोलावून मला सांगितलं, "आता तू सर्व कलांत प्रवीण झाला आहेस. परमेश्वराचं नाव घेऊन धंद्याला प्रारंभ कर." त्यांनी मला साधे-सुधे, जाडेभरडे खादीचे कपडे दिले. ते म्हणाले, "हे कपडे घाल. कर्णाच्या कवचकुंडलाप्रमाणे हे कपडे बदनामीपासून तुझे रक्षण करतील. जोपर्यंत तुझे स्वतःचे असे कार्यालय किंवा प्रतिष्ठान तू निर्माण करू शकत नाहीस, तोपर्यंत तू या भवनात राहू शकतोस. जा, परमेश्वर तुला यश देवो."

बस्स! मी त्याच दिवशी 'मानव सेवा संघ' उघडला. मनुष्यमात्रांची सेवा करायचा विडा उचललाय, असा प्रचार केला. 'आम्हाला समाजाची उन्नती करायचीय, देशाचा विकास साधायचाय, भुके-कंगाल, नग्न, लुळेपांगळे यांना मदत करायचीय.

प्रत्येक व्यक्तीने आमच्या या कार्याला हातभार लावावा. मानवसेवेसाठी आम्हाला निधी द्यावा.' महाराज, त्या देशातील लोक मोठे भोळेभाबडे आहेत. मी असं म्हटल्यावर ते आम्हाला देणगी देऊ लागले. मधल्या भावाकडूनही मी देणगी घेतली. मोठ्या भावाच्या धन्यानेही देणगी दिली आणि दादानेही उपासमार, काटकसर करून दोन सुवर्णमुद्रा दिल्या. माझ्या शिष्यांना या आमच्या दरोडेखोर भावाने एक हजार मुद्रा दिल्या. कारण एकदा राजाचे सैनिक त्याच्या टोळीला पकडायला आले होते. तेव्हा माझ्या चेल्यांनीच त्यांना आश्रमात लपवून ठेवलं होतं. महाराज, राज्याचा आधार धन आहे. राजाला सगळ्यात आधी धन वसूल करण्याची विद्या आली पाहिजे. प्रजेकडून गोडी-गुलाबीने धन मिळवणे, राजाचा आवश्यक गुण आहे. नख लावल्याशिवाय त्याला रक्त काढता आलं पाहिजे. माझ्यात हा गुण आहे म्हणून सिंहासनावर बसायला मीच लायक आहे. मी या वर्षात देणगीच्या रूपात वीस लाख सुवर्णमुद्रा मिळवल्या आहेत.

वीस लाख...! नुसतं ऐकताच दरबारी मंडळींचे डोळे इतके विस्फारले... इतके विस्फारले... इतके विस्फारले की त्यांच्या कोपऱ्यातून रक्ताचे थेंब ठिबकू लागले.

नंतर राजाने मंत्र्यांना विचारले, "मंत्रीगणहो, आपला काय सल्ला आहे? कोणता राजकुमार राजा व्हायला योग्य आहे?"

मंत्रीगणांनी एकमेकांच्यात थोडी चर्चा केली. नंतर ते एकमताने म्हणाले, "सगळ्या राज्यसभेला वाटतं, छोटा कुमार हाच राजा व्हायला योग्य आहे. त्याने एका वर्षात वीस लाख सुवर्णमुद्रा जमा केल्या. त्याच्यामध्ये त्याच्या स्वतःच्या गुणांशिवाय इतर तीन कुमारांचेही गुण आहेत. मोठ्यासारखा कष्ट आणि परिश्रम तो करू शकतो. दुसऱ्याप्रमाणे तो साहसी आणि लुटारू आहे. तिसऱ्याप्रमाणे तो बेईमान व धूर्त आहे. त्यालाच राजगादी मिळायला हवी!"

मंत्रीगणाचे विचार ऐकून राज्यसभेने टाळ्या वाजवल्या. दुसऱ्या दिवशी छोट्या राजकुमाराचा राज्याभिषेक झाला. तिसऱ्या दिवशी शेजारच्या राज्यातील गुणवती राजकन्येशी त्याचा विवाह झाला. चौथ्या दिवशी मुनीवरांच्या आशीर्वादाने त्याला पुत्ररत्न झाले आणि पाचव्या दिवसापासून तो अतिशय सुखासमाधानाने राज्य करू लागला. जसे सुख त्याला लाभले तसे ते तुम्हा आम्हालाही लाभो. ही साठा उत्तरांची कहाणी पांचा उत्तरी सफळ संपूर्ण.

मूळ रचना - जैसे उन के दिन फिरे

❑

आचार्यजी, एक्सटेंशन आणि बगीचा

क्लीन शेव्ह करूनही आचार्यजींना एक्सटेंशन मिळालं नाही.

आचार्यांचे वडील झर्रटेदार मिशा ठेवत होते. ते इंग्रज सरकारचे नोकर होते. त्यांच्या मिशांचं वैशिष्ट्य असं, की माणसं बघून त्या वागायच्या. काहींच्यापुढे त्या 'आय डोंट केअर' च्या थाटात वागायच्या आणि काहींच्यापुढे ते मिशावर असा हात फिरवायचे की त्या 'आय् ॲम् सॉरी सर' होऊन जायच्या. मिशांच्या या दुहेरी स्वभावामुळे ते सफल आणि सुखी झाले होते. आचार्य जेव्हा तरुण होते आणि आचार्य नव्हे, तर लेक्चरर होते, तेव्हा त्यांनी वडलांसारख्या मिशा ठेवल्या होत्या. ते या मिशांच्या आधारे 'रीडरी' चा शोध घेत होते. काही काही किडे नाही का, मिशांच्या दोन लांब केसांनी रस्ता शोधत, अगदी तसं! पण या मिशांच्यामुळेच 'रीडर' ची पोस्ट त्यांच्यापासून दूर जात होती. तेव्हा आचार्यांनी आपले पिताजी आणि पौरुष दोघांची क्षमा मागून मिशा अर्ध्या केल्या. त्यांची नांगी तुटून केवळ ब्रश उरला. ते रीडर झाले. पुढे अर्ध्या मिशादेखील 'प्रोफेसर' बनण्यात बाधा आणू लागल्या, तेव्हा त्यांनी त्या कातरून नाकाखाली दोन्ही बाजूला माशी बसवली आणि ते प्रोफेसर झाले. पुढे निवृत्त होण्याची वेळ आली तेव्हा ते एक्सटेंशनसाठी प्रयत्न करू लागले. आता त्यांनी माशीसुद्धा साफ केली आणि ते क्लीन शेव्ह झाले. त्यांना एक एक्सटेंशन मिळालं. आता मात्र साफ करण्यासाठी मिशाच उरल्या नव्हत्या. त्यामुळे त्यांना दुसरं एक्सटेंशन मिळालं नाही.

आचार्यजी माझ्या मोठ्या भावाचे मित्र होते. मोठा भाऊ कालवश झाला होता. त्या नात्याने आचार्यजी माझ्यावर पहिल्यापासून लोभ करत होते. ते मला आपल्या बाहूत कवटाळून घ्यायचे आणि मला वाटायचं, माझ्या गालांवरून साहित्यझाडू फिरतोय. पुढे मला वाटायचं, माझ्या गालांवरून आलोचना ब्रश करतेय. नंतर मला वाटू लागलं, माझ्या रचनांवर समीक्षेची माशी भिणभिणतेय. क्लीन शेव्हनंतर ते तसेच मला गळामिठी घालायचे आणि माझ्या गालांवर गाल ठेवायचे, तेव्हा मला वाटायचं. हजारो गांडुळं माझ्या शरीरावरून सरपटत चाललीत. मला माझी स्वत:ची घृणा वाटू लागायची.

गोल चेहरा. चेहऱ्यावर लहान मुलासारखी निरागसता. डोळ्यात अपार स्नेह, नाकाच्या मुद्रेत निश्चलता, सगळ्या चेहऱ्यावर असा भाव की मी इतका प्रेमळ, भला, परोपकारी आहे; पण सगळं जग माझ्यावर अन्याय करतंय. ते जेव्हा जेव्हा मला भेटायचे, तेव्हा तेव्हा मला जाणीव व्हायची, की भला माणूस या जगात किती दुःखी असतो. कित्येक वर्षं मी त्यांना समोरून पहायचो आणि त्यांचं हेच पावन रूप मला दिसायचं. एके दिवशी सहजच त्याचं नाक मला कोनातून दिसलं आणि मला झटका बसला. त्यांचं नाक समोरून काही वेगळंच दर्शवतं आणि बाजूने काही वेगळंच. मला आजपर्यंत बाजूने दिसलेलं त्याचं ते नाक आठवतं. त्यावेळी त्याचं ते नाक मला मोठं दुष्ट आणि क्रूर वाटलं होतं. माणूस समजून घेण्यासाठी समोरून नाही बाजूने बघितलं पाहिजे. माणूस कोनातून नीटपणे समजू शकतो. समोरून एरवी दिसणारा त्यांचा सहज, प्रेमळ चेहरा कोनातून मला भयानक वाटला. मी त्यांच्या डोळ्यांकडे पुन्हा पाहिलं. त्यात स्नेहाच्या मागे काय काय लपलं होतं कुणास ठाऊक?

त्या दिवसापासून मी आचार्यजींना घाबरू लागलो. त्यांनी मला मिठी मारली, की गुदमरून जातो. मला मनापासून वाटतं, की त्यांनी माझा तिरस्कार करावा; पण ते स्नेह सोडत नाहीत. मला बघताच ते मला आपल्या बाहूत घेतात. त्यांच्या स्नेहाच्या त्रैराशिकातून मी त्यांच्या स्वार्थाचं प्रमाण समजू लागलो. तीस सेकंद मला गळामिठी घालून ते माझी चार-सहा पुस्तके घेऊन गेले. एका मिनिटांच्या आलिंगनानंतर त्यांनी त्यांच्या शत्रूविरुद्ध वर्तमानपत्रात माझ्याकडून लिहवलं. दीड मिनिटाच्या आलिंगनानंतर त्यांनी माझ्याकडून स्वतःबद्दल लेख लिहवला. दोन मिनिटे मला हृदयाशी धरून माझ्याकडून तीन-चारशे कॉप्या तपासून घेतल्या. एक आठवडाभर, दररोज तीन मिनिटांच्या आलिंगनाच्या हिशोबाने आपल्या उनाड मुलाचं लग्न माझ्यामार्फत, माझ्या परिवारातील एका मुलीशी लावून दिलं. त्या मुलीचे आई-वडील अजूनही मला शिव्या देतात. हृदयाशी धरल्यानंतरही त्यांना जेव्हा वाटायचं की दबाव थोडा कमी पडतोय, तेव्हा ते माझ्या मोठ्या भावाची आठवण काढून डोळ्यात पाणी आणायचे आणि माझ्या ध्यानात यायचं, की ते आज कोणतं तरी मोठं काम माझ्याकडून करून घेणार.

मी विचार करायचो, की खरोखरच माझ्याबद्दल त्यांना इतका स्नेह वाटतो का? नाही. ते अगदी सुस्पष्ट विचारांचे आहेत. त्यांच्या विचारात कुठेही संदेह नाही. कुणाकडून किती फायदा मिळवायचा याचा हिशेब त्यांच्या मनात पक्का असतो आणि या हिशेबाने ते आपल्या हृदयातील प्रेम उचंबळू द्यायचे.

मला ते नीट समजले होते. एकदा ते एका शहरात पंधरा दिवसांसाठी गेले होते. त्यांना उतरण्याची आणि जेवणाखाणाची मोफत सोय हवी होती. त्यांना माहीत होतं, की त्या शहरात माझा एक घनिष्ठ मित्र राहतो आणि तो चांगला श्रीमंत

आहे. तिकडे जाण्यापूर्वी पंधरा दिवस त्यांनी माझ्यावर स्नेहाची शिंपणी करायला सुरुवात केली. माझे सगळे कपडे भिजून गेले. या स्नेहाच्या परिणतीची मी वाट पाहत होतो. अखेर जाताना त्यांनी माझ्याकडून माझ्या त्या मित्रासाठी चिठ्ठी घेतलीच. मित्राने त्यांची चांगली बडदास्त राखली. महिन्याभराने माझा तो मित्र मला भेटला, तेव्हा मला म्हणाला, ''आचार्यांची मी चांगली व्यवस्था ठेवली. त्यांना कुठलाही त्रास झाला नाही.''

मी विचारलं, ''पण त्यांनी तुझ्यापुढे माझी निंदा केली असेल ना? खरं सांग!''

तो अडखळत म्हणाला, ''हो! पण तुला कसं कळलं?''

मी म्हटलं, ''मला माहीत आहे. ते अगदी सरळ, सुस्पष्ट विचारांचे आहेत. ज्यांच्यापासून फायदा करून घ्यायचा, त्यांची प्रशंसा आणि बाकी सगळ्यांची निंदा. अगदी क्लिअर थिंकिंग आहे त्यांचं!''

अगदी सरळ विचार! ज्याला संपवायच्या मागे लागले असतील, तो मेला की रडतील. कविता ऐकून भावविव्हळ होतील. डोळ्यात पाणी येईल; पण अश्रू पुसून ज्युनिअरला सस्पेंड करायची कारवाई करू लागतील. स्वत: कविता ऐकवतील आणि करुणेने आम्हा सर्वांना पावन करून टाकतील; पण कविता ऐकवल्यावर कुठल्याशा विद्यार्थ्याचे मार्क कमी करतील आणि त्याला नापास करून टाकतील. प्रेमिकेला आलिंगन देता देताच विचार करतील, की तिचा नेकलेस चोरून कसा विकता येईल? मुलाचा मुका घेता घेता, वात्सल्याबरोबर असाही हिशेब करतील, की मोठा झाल्यावर हा किती कमवेल आणि मला त्यातलं किती देईल?

अगदी सुस्पष्ट विचार. मी तीन-चार वर्षांसाठी दुसऱ्या शहरात गेलो होतो. विचार केला, आता तरी त्यांच्या प्रेमापासून सुटका होईल. पण, त्यांचं अधूनमधून पत्र यायचं. खाली लिहिलेलं असायचं. 'तुझाच' किंवा 'केवळ तुझा' अशा प्रत्येक पत्रानंतर मी विचार करायचो की पुढल्या पत्रात कोणतं काम सांगतील? नव्या वर्षाच्या शुभकामना पाठवत, तेव्हा माझ्या लक्षात यायचं की माझ्यामार्फत स्वत:च्या शुभकामनांचा हिशेब त्यांच्यापाशी तयार असणार!

'केवळ तुझाच' च्या दोन-तीन पत्रानंतर त्यांनी पाठ्यपुस्तकात माझी एक कथा घेतली. प्रकाशकांना त्यांनी असं सांगितलं असणार, की या लेखकाशी माझा घनिष्ठ संबंध आहे. त्याला काही देण्याची जरूर नाही. संग्रहातील प्रत्येक लेखकाबद्दल त्यांनी असंच सांगितलं असणार आणि प्रकाशकाकडून पैसे घेऊन पुस्तक अभ्यासक्रमाला लावून घेतलं असणार. साहित्यात बंधुत्वामुळे चांगला धंदा होऊन जातो.

मी मला स्वत:लाच धिक्कारू लागलो होतो. विचार करू लागलो होतो, की मी किती सत्वहीन आहे. प्रत्येक वेळी पराभूत होतो. यावेळी मी त्यांचा सामना करायचा निश्चय केला. मी त्यांना लिहिलं. 'आपण प्रकाशकाकडून मला पैसे

देववले नाहीत! कथा मात्र घेतलीत!'

त्यांचं उत्तर आलं, 'इतक्या वर्षांच्या स्नेहानंतर, तुझी एक कथा, केवळ एक कथा, घेण्याइतकाही मला अधिकार नाही?' मी आता या 'केवळ तुझा' या शब्दांना निपटून टाकायचा निश्चिय केला.

मी त्यांना लिहिलं, 'आपला माझ्याशी स्नेह आहे, म्हणून माझं नुकसान व्हावं आणि प्रकाशकांशी आपला स्नेह नाही, त्यामुळे त्यांचा फायदा व्हावा? असा स्नेह मानवजातीच्या इतिहासात प्रथमच आपल्याद्वारे आविष्कृत झालाय.'

पत्राचं त्यांनी उत्तर दिलं नाही. पंधरा दिवसानंतर मी वकिलाकडून प्रकाशकांना नोटीस पाठवली. आता मानवी संबंधांचा एक नवीनच अध्याय चालू झाला. प्रकाशकांना त्यांनी लिहून दिलं होतं, की माझी लिखित अनुमती त्यांच्याकडे आहे. प्रकाशकांनी त्यांना नोटीस दाखवली असणार. मग त्यांनी लिहिलं, 'मी संकटात सापडलोय! मला यातून वर काढ!' 'तुझाच ... ' पण मी 'तुझाच' ला निपटण्याचा ठाम निश्चय केला होता. मी प्रकाशकाला आणखी एक नोटीस पाठवली, की पंधरा दिवसाच्या आत मला हजार रुपये पाठवा. अन्यथा कॉपी राईटच्या ॲक्टखाली दिवाणी आणि फौजदारी दोन्ही खटले चालवले जातील.

मला कळलं, की ही नोटीस मिळाल्यानंतर प्रकाशकांनी आचार्यांवर धोका दिल्याबद्दल खटला दाखल केला. माझं मन पुन्हा कच खाऊ लागलं. पण मी मनाला थप्पड मारली आणि निष्ठूर होऊन बसलो. आता मला जे पत्र मिळाल होतं, त्याखाली लिहिलं होतं, 'आपला दासानुदास' आग्रह तोच होता, मी अनुमती लिहून पाठवावी. तरीही मी अनुमती पाठवली नाही. आता त्यांचं पत्र आलं, 'मी अमुक अमुक तारखेला तुला भेटण्यासाठी येत आहे. कित्येक दिवसात तुला पाहिलं नाही. तुला भेटण्याची तळमळ लागून राहिली आहे.' तळमळीचं कारण माझ्या लक्षात आलं. मन पुन्हा घसरलं, तेव्हा, यावेळी मी मनाला दोन थपडा हाणल्या.

ठरलेल्या तारखेला ते आले. मी त्यांना घराबाहेर भेटलो. ते एकदम विव्हळ झाले. त्यांनी डोळे बंद केले. त्यांना चक्कर येऊ लागली. म्हणाले, ''इतक्या दिवसानंतर या घरात आलोय, तर तुझ्या भावाच्या आठवणीने मन भरून येतंय. किती उदार होता तो!'' मला वाटलं, ते आता घेरी येऊन खाली पाडतील. मी म्हटलं, ''चला! आत चला!'' त्यांनी माझा खांदा पकडला. म्हणाले, ''थांब! मला जरा सावरू दे!''

माझ्या लक्षात आलं, हे मोठ्या संकटात सापडले असणार. अन्यथा, माझ्या भावाच्या आठवणींचा इतका लांबलचक उपयोग त्यांनी केला नसता. मी त्यांना आधार देऊन आत आणलं. ते बसले. पाणी मागितलं. म्हणाले, ''भावूक आहे नं! प्रिय व्यक्तीच्या स्मृतींनी एकदम विचलित होतो.''

आता त्यांनी संकटाचं वर्णन केलं. माझं मन पुन्हा कचरलं. मी त्याला पुन्हा

तडाखा मारला. मी निश्चय केला, की आज त्यांना मी, त्यांनी माझा तिरस्कार करावा म्हणून विवश करेन. मी त्यांना साफ साफ सांगितलं, ''मी स्नेह आणि संकोचाच्या हातांनी आपल्याकडून आणि इतरांकडूनही खूप पिटलो गेलोय! आता मी हे काम बंद केलंय! स्नेहाचं दुकान मी आता बंद केलंय! आता मला जेव्हा पैसे मिळतील, तेव्हाच मी अनुमती लिहून देईन.''

मला वाटत होतं, की आता त्यांच्या चेहऱ्यावर क्रोध आणि तिरस्कार उसळून येईल, पण मी निराश झालो. तिथे पहिल्यासारखंच ममत्व होत. मी या माणसाशी कसं वागायला हवं ? हा अजूनही प्रेमाचे हत्यार सोडत नाही. थोड्या वेळासाठी जरी त्यांनी हे हत्यार खाली टाकलं, तरी मी त्यांच्यावर दबाव आणून माझे पैसे वसूल करीन, पण ते तर हत्याराला धार लावत होते. मला त्या हत्याराचा सामना करायलाच हवा होता. मी म्हटलं, ''काही झालं, तरी मी तडजोड करणार नाही. मला पैसे हवेतच! माझ्या दादासाठी आपण नंतर अश्रू ढाळू या!''

त्यांनी पाकीट उघडलं. मी चेहरा पाहिला. तिरस्कार अजूनही नव्हता. क्लेष दिसत होते. पाकीट उघडून त्यांनी शंभराची नोट काढली. अजूनही तिरस्कार नव्हताच. बस! क्लेष अधिकच गाढ, गहिरे झाले होते. जसं काही नोट नाही, प्राणच काढून देताहेत. मी नोट घेतली आणि अनुमती लिहून दिली. विचार केला, आता स्नेहसंबंध संपले. मी आता हलका होईन. पण, जाताना त्यांनी मला पुन्हा हृदयाशी धरलं. विचार केला, यांच्या प्रेमळ चेहऱ्याकडे जरा बाजूने बघावं. पण, धीर झाला नाही.

मी पुन्हा परतून आचार्यांच्या शहरात आलो. ते विभागाध्यक्ष होते. मोठ्या बंगल्यात राहत होते. मी आल्याचं कळताच त्यांनी मला पुन्हा बोलावून घेतलं आणि गळामिठी घातली. स्नेहाचा दोर मी पुन्हा पुन्हा कापत होतो आणि ते जोडून घेत होते. माझा अंदाज आहे, सुरुवातीला ते लोभामुळे प्रेम करत होते, आता कदाचित थोड्याशा भयामुळे.

विभागात काम करण्याची त्यांची विशिष्ट अशी पद्धत होती. ते संशोधन करवत होते. संशोधनासाठी विद्यार्थ्यांची निवड करण्याची त्यांची विशिष्ट अशी पद्धत होती. एक धान्याच्या व्यापाऱ्याचा मुलगा घ्यायचे. एक कापडाच्या व्यापाऱ्याचा. एका तयार कपड्याच्या व्यापाऱ्याच्या मुलालाही संधी मिळायची. दर वर्षी विश्वविद्यालयातील मुले आरडा ओरडा करायची ... 'डॉक्टरेटसाठी इच्छुक असणाऱ्या, किराणा मालाच्या व्यापाऱ्याच्या मुलाची आवश्यकता आहे. संशोधनाबद्दलचा निर्णय किराणा मालाची प्रत आणि प्रमाण यावर निर्भर राहील. किराणाच्या सॅंपलसहित अर्ज करावा.'

या आरड्याओरड्यातही अविचल राहून आचार्यजी विद्यासाधना करवून घेत

असत. ते अगदी सुस्पष्ट विचारांचे होते.

निवृत्त होईपर्यंत ते काहीसे तत्त्वज्ञानी झाले. विरागी दिसू लागले. ते एक्सटेंशन मिळवण्याच्या प्रयत्नात होते. त्यांना एक्सटेंशन मिळालंही.

शिपायाकडून काम करून घेऊन त्यांनी आपल्या बंगल्यासमोर एक चांगला बगीचा तयार करून घेतला. रंगीबेरंगी सुंदर फुलं... एक्सटेंशनच्या अवधीत त्यांचं निसर्गप्रेम खूपच वाढलं होतं. मी त्यांच्याकडे कधी कधी जायचो. ते बगीचात बसलेले दिसायचे. म्हणायचे, "निसर्गाच्या सौंदर्यात ईश्वर हळूच डोकावतो.'

ते कुठल्याही कळीजवळ बसायचे. म्हणायचे, "तुला या कळीत स्पंदन ऐकू येतं? नाही ना ? मी ऐकतोय आणि जरा या फुलाच्या जीवनाचा उत्सव पहा. या पानाकडे पहा. किती उल्हासाने ते झुलतंय!"

ते फुलांना लहान मुलांप्रमाणे कुरवाळायचे, म्हणायचे, "हीसुद्धा माणसेच आहेत. निसर्गातही प्राण आहे. ही फुलं, पानं, झाडं-झुडपं माझी मुलंच आहेत. एक फुल कोमेजतं, तेव्हा मला वाटतं, माझं जीवनच कोमेजतंय! एक पान सुकून गळून पडलं की मला वाटतं, माझी एक भुजाच तुटून पडलीय! एखादी कळी गळून पडली, तर मला इतके क्लेष होतात, वाटतं, की माझ्या प्राणांचाच अंश विसर्जित झालाय!" पाना-फुलांविषयी अपार ममता त्यांच्या नयनांमध्ये झळकायची. ते मोहित व्हायचे. आनंद-विभोर व्हायचे. त्यावेळी मला ते भव्य दिव्य वाटायचे. मागचं सगळं विसरून मला पुन्हा त्यांच्याविषयी श्रद्धा वाटू लागायची. कसा दयाळू आणि भावूक माणूस आहे. पाना-फुलांसाठीसुद्धा रडतोय.

बगीचा सजत होता. त्याचबरोबर एक्सटेंशनसाठीही प्रयत्न चालू होते. कविमन सकाळी पानं-फुलं संभाळायचं आणि बाकी दिवसभर एक्सटेंशनच्या प्रयत्नात गढलेलं असायचं.

एक दिवस आचार्यांना निर्वाणीचं सांगण्यात आलं, की त्यांना एक्सटेंशन मिळणार नाही. दोन महिन्यानंतर एकतीस जानेवारीला त्यांना निघून जावं लागेल.

सकाळची वेळ होती. मी त्यांच्या घरी पोचलो होतो. ते नेहमी यावेळी बागेत भेटायचे. आज व्हरांड्यात बसलेले दिसले. म्हणाले, "काल बातमी कळली. एक्सटेंशन मिळणार नाही." त्यांनी डोळे बंद केले.

त्यांनी डोळे उघडले, तेव्हा त्यांचे डोळे बघून माझा थरकाप झाला. म्हाताऱ्या डोळ्यांतून आग बरसत होती. त्यांनी बागेकडे पाहिलं. मला वाटलं, पानं-फुलं त्या आगीनं करपून गेली असतील.

दीर्घ श्वास घेऊन ते म्हणाले, "अखेर एक्सटेंशन मिळालं नाही. इथे आता दोन महिन्यानंतर डॉ. दीनानाथ येतील."

त्याच दिवशी त्यांनी नोकराला आज्ञा दिली, की बागेला पाणी घालू नको. पाण्याअभावी झाडा-झुडपांना जमिनीतून जितका प्राणरस खेचून घेणं शक्य होतं.

तेवढा त्यांनी घेतला. मग ती सुकून गेली.

मी अधूनमधून त्यांच्या घरी जायचो. ते व्हरांड्यात बसलेले असायचे आणि सुकणाऱ्या झाडा-झुडपांकडे बघत राहिलेले असायचे. म्हणायचे, ''त्या गुलाबांची स्थिती बघितलीत? सुकताहेत बेटे... एक्सटेंशन नाही मिळालं! इथे डॉ. दीनानाथ येतील.''

आपणच लावलेल्या, निगराणी केलेल्या, पोसलेल्या झाडा-झुडपांना आचार्यजी सुकवत होते. व्हरांड्यात बसून त्यांचं सुकणं पाहत होते आणि मधून मधून उसासे टाकत होते. 'एक्सटेंशन नाही मिळालं! आता इथं डॉ. दीनानाथ येतील!'

दोन महिन्यात बगीचा पूर्णपणे सुकला. ज्यांचं स्पंदन त्यांना ऐकू यायचं, ती फुलं आता नव्हती. ज्यांच्या जीवनाचा उत्सव ते अनुभवत होते, त्या कळ्या नव्हत्या. ज्यांचा उल्हास बघून ते मुग्ध होत, ती पाने झडून गेली होती. बागेत आता सुकलेली, उघडी-नागडी, झाडे-झुडपे उभी होती, कारण जमिनीने त्यांना धरून ठेवले होते.

तीस तारखेला आचार्यजींनी सामान बांधलं. दुसऱ्या दिवशी त्यांना जायचं होतं. दिवसभर ते व्यग्र होते. संध्याकाळ ढळली. याच वेळी गांधीजींची हत्या झाली होती.

जानेवारीची रात्र. कडाक्याची थंडी होती. आचार्यांनी नोकराकडून झाडांचे सुकलेले बुंधे कापले. बगिचात एकत्र करवून घेतले. एक ढीग लावला. तो ढीग पेटवला आणि रात्रभर त्या शेकोटीवर शेकत राहिले.

दुसऱ्या दिवशी आचार्यजी निघून गेले. मी त्यांना निरोप देण्यासाठी गेलो होतो. ते घरातून बाहेर पडले. जळलेल्या बगिचाकडे बघितले. शेवटचं एकदा म्हणाले, 'एक्सटेंशन मिळालं नाही.' आणि तोंड फिरवून स्टेशनकडे निघाले.

मूळ रचना - आचार्यजी, एक्सटेंशन और बगिचा

❑

एकलव्याचा अंगठा

इ. स. ४१६३ ...

वाङ्मयाच्या संशोधकांना काही जुन्या पोथ्यांची हस्तलिखिते मिळाली. त्यात विसाव्या शतकाच्या अखेरीला लिहिलेले एक पुराणही आहे. हे पुराण संपादित करून अलीकडेच प्रकाशित करण्यात आले आहे. संपादकांनी या पुराणाची प्रस्तावना लिहिताना म्हटलंय ... 'हे पुराण विसाव्या शतकाच्या अखेरच्या वर्षात लिहिलेलं असावं, असं वाटतंय. याची केवळ एकच हस्तलिखित प्रत प्राप्त झाली आहे. विसाव्या शतकात मुद्रणविद्या खूपच मागासलेली होती आणि 'रोटरी' नावाचं छपाईचं मामुली मशीन हेच मोठं यश ते मानत होते. त्याच्या प्रचारासाठी अर्ध्या जगभर 'रोटरी क्लब' स्थापन करण्यात आले होते, तरीही त्या युगात थोडी-फार पुस्तके छापली जात होती. हे महत्त्वपूर्ण पुराण त्यावेळी का छापलं गेलं नाही, याच्या सामाजिक, राजनैतिक कारणांचा शोध घेणं चालू आहे. या पुराणामुळे त्या युगातील सामाजिक, आर्थिक, नैतिक आणि सांस्कृतिक जीवनावर प्रकाश पडतोय. त्या पुराणातील एक कथा इथे उद्धृत करण्यात येत आहे.

.. लेखक

काही काळापूर्वीची गोष्ट ...

एका विश्वविद्यालयातील राजनीती विभागात एक प्रतिष्ठित प्राध्यापक होते. त्यांचं नाव द्रोणाचार्य होतं. पदक्रमानुसार ते 'रीडर' म्हणवले जात होते. 'रीडर' (वाचणारा) अशा अध्यापकाला म्हटलं जातं, ज्यांना वर्गात शिकवता येत नाही. ते पाठ्यपुस्तक किंवा नोट्स वर्गात वाचून काम भागवतात.

आचार्य द्रोणाचार्यांचे दोन विद्यार्थी होते. एकाचं नाव अर्जुनदास होतं आणि दुसऱ्याचं होतं, एकलव्यदास. अर्जुनदास एका धनिक बापाचा पुत्र होता. त्याची समाजात प्रतिष्ठा होती. राजदरबारात त्याला मान होता. आचार्य रोज अर्जुनदासाच्या घरी जायचे आणि अर्जुनदासही त्यांच्या घरी यायचा. त्यांचे इतके घनिष्ठ संबंध होते, की कुणी डोळे बंद करूनदेखील आचार्यप्रवरांची कल्पना केली, तरी आचार्यांचे शरीर कल्पनेत येता येता त्यातून एक शेपटी बाहेर पडायची आणि शेपटीच्या टोकाला अर्जुनदासाचा चेहरा तयार व्हायचा.

एकलव्य गरीब माणसाचा मुलगा होता. त्यामुळे त्याला आचार्यांचे दर्शन खूप कमी वेळा घडायचे; पण गुरूंवर त्याची भक्ती होती. त्याने आपल्या खोलीतील भिंतीवर द्रोणाचार्यांचा एक फोटो टांगला होता आणि त्यांनी लिहिलेल्या नोट्स तो उशागती ठेवून झोपायचा.

दोघेही एम.ए.ची तयारी करत होते. (एम.ए. एक अशी परीक्षा होती, की जिच्यानंतर तीन वर्षे बेकरीचा कोर्स अभ्यासावा लागत होता.)

अर्जुनाला माहीत होतं, की विद्या अभ्यासामुळे नाही, तर गुरुकृपेमुळे प्राप्त होते. तो निरंतर गुरूंच्या सेवेत निमग्न असायचा. तो आचार्यांच्या घरी किराणा, भाजी, कपडे पोहोचते करायचा. सणावारी आचार्यांच्या पाचही मुलांना बाजारात नेऊन त्यांना मिठाई, कपडे, खेळणी इ. विकत घेऊन द्यायचा. तो आचार्यांच्या पत्नील सिनेमा-नाटकांना घेऊन जायचा आणि अन्य अध्यापकांच्या पत्नींच्या कलंककथा रचून त्यांना सांगायचा व त्यांचे मनोरंजन करायचा. तो आचार्यांच्या क्षेम-कुशलाकडे आवर्जून लक्ष पुरवायचा. रात्री त्यांच्यासमोर अन्य अध्यापकांची निंदा करायचा. त्यामुळे त्याच्या आत्म्याचा विकास होत होता.

इकडे एकलव्य गुरुसेवेपासून विन्मुख होऊन रात्रंदिवस अभ्यास करत असायचा. एक दिवस आचार्य आणि अर्जुन यांच्यात खालील प्रकारे संवाद झाला.

''आचार्य, मी आपल्या घरी किराणा, भाजी, कपडे पोचवतो. होय की नाही?''

''होय वत्सा! पोचवतोस!''

''मिसेस आचार्यांना सिनेमा-नाटक कोण दाखवतं? मुलांसाठी मिठाई, कपडे, खेळणी कोण विकत आणतं?''

''तूच बेटा! तूच हे सगळं करतोस!''

''असा आहे कुणी दुसरा शिष्य, जो आपल्या तोंडावर आपली प्रशंसा माझ्यापेक्षा जास्त करतो?''

''नाही! कुणीच नाही!''

''असा कुणी अध्यापक उरलाय, ज्यांची निंदा न करून मी आपलं हृदय दुखावलंय?''

''नाही वत्सा! असा कुणी अध्यापक उरला नाही.''

''आपल्याला 'रीडर' बनवण्यात माझ्या पिताजींचाच मोठा हात होता. हे सत्य नाही?''

''होय ! हे सत्य आहे!''

''यापुढे विभागप्रमुख बनण्यासाठी आपण कुणाची मदत घेणार?''

''निःसंदेह तुझ्या वडलांची!''

''एकलव्याने आपली सेवा केलीय?''

''मुळीच नाही. त्याला गुरूची शुद्धच नाही. तो नेहमी निर्जीव ग्रंथातच बुडालेला असतो.''

''बरं! गुरुदेव हे सांगा, की आपला सर्वात प्रिय शिष्य कोण आहे?''

''तूच आहेस वत्सा! तुझ्यासारखा प्रिय शिष्य अद्याप कधी झाला नाही, यापुढेही होणार नाही.''

अर्जुन एकदम हात जोडून उभा राहिला आणि म्हणाला, ''मग गुरुदेव मला असा वर द्या, की मी फर्स्ट क्लास फर्स्ट येईन आणि छात्रवृत्ती घेऊन विदेशात जाईन.''

हे ऐकून आचार्य थोडा वेळ विचारात पडले. मग म्हणाले, ''माझी पण हीच इच्छा आहे; पण एकलव्य यात बाधक आहे. तो सगळ्यात कुशाग्र बुद्धीचा आहे आणि अभ्यासूदेखील आहे.''

अर्जुनदास म्हणाला, ''ते मला काही माहीत नाही. मला इतकंच माहीत आहे, मी प्रथम आलो नाही, तर गुरुमहिमा लोप पावेल. यापुढे कुठलाही शिष्य गुरूची सेवा करणार नाही आणि या अधम परंपरेला आरंभ करण्याचा कलंक आपल्याला लागेल!''

आचार्य पुन्हा विचारात पडले. हळूहळू त्यांच्या मुखावर निश्चयाची दृढता आली. अर्जुन त्या क्षणी गुरूंचे तेजोद्दीपित मुख बघून प्रभावित झाला. वाटत होतं, आचार्यांच्या जीवनभराचं पुण्य तेज बनून त्यांच्या मुखावर प्रकट झालंय.

आचार्यांनी दृढ स्वरात म्हटलं, ''तुझी मनोकामना पूर्ण होईल!''

दुसऱ्या दिवशी आचार्यांनी एकलव्याला आपल्या घरी बोलावलं. त्यांनी विचारलं, ''वत्सा, तू आपल्या खोलीत माझा फोटो का लावून ठेवला आहेस?''

एकलव्य म्हणाला, ''कारण आपण माझे गुरू आहात.''

''मी लिहिलेल्या नोट्स उशाशी ठेवून तू का झोपतोस?''

''कारण दिवसभर विखरून मिळवलेलं ज्ञान, रात्रीच्या वेळी प्रश्नोत्तर स्वरूपात एकत्रितपणे संकलित करता यावं!''

आचार्यांनी काळजीपूर्वक बघितलं मग म्हटलं, ''जर तू माझा शिष्य असशील तर मला गुरुदक्षिणा दे!''

एकलव्याने उत्तर दिलं, ''मी काय देऊ शकतो गुरुवर्य? माझं किराणाचं दुकान नाही की होजिअरीचं! माझ्या बाबांना इमान विकणं जमलं नाही. त्यामुळे ते निर्धन आहेत!''

आचार्य म्हणाले, ''मी अशीच वस्तू मागेन जी तुझ्याजवळ असेल. तू मला तुझ्या उजव्या हाताचा अंगठा कापून दे. उचल तो सुपारी कापण्याचा अडकित्ता, आणि काप अंगठा!''

एकलव्य शांत होता. तो जणू यासाठी तयारीतच आला होता. तो म्हणाला,

"गुरुवर, अंगठा मी आपल्याला हसत हसत कापून देईन, पण आपल्याला त्याचा काय उपयोग?"

आचार्य म्हणाले, "मला ते माहीत आहे. मला एका महान परंपरेचा निर्वाह करायचा आहे. अर्जुनाच्या भक्तीने मी प्रसन्न झालो आहे. मी त्याला वर दिला आहे, की तू प्रथम येशील; पण जोपर्यंत तू लिहिण्यास समर्थ आहेस, तोपर्यंत हे घडू शकणार नाही. तू लिहू शकू नयेस, आणि माझे वचन पूर्ण व्हावे म्हणून मला तुझा उजवा अंगठा हवाय!"

एकलव्य हसला नि म्हणाला, "पण उजवा अंगठा कापून देण्यानेही आपला उद्देश साध्य होणार नाही. मी डाव्या हातानेही तितक्याच कुशलतेने लिहू शकतो. जेव्हा मला समज आली नि आपल्या नावाकडे माझं लक्ष गेलं, तेव्हाच मी समजलो, की कुणी गुरू माझा अंगठा मागणार. मी तेव्हापासून दोन्ही हातांनी लिहिण्याचा सराव करतोय. दोन्ही अंगठे कापण्याने आपला उद्देश सफल होऊ शकेल; पण शिष्याचे दोन्ही अंगठे कापून घेण्याची परंपरा नाही!"

आचार्य निराश झाले. म्हणाले, "अधमा, तू गुरुद्रोह केलास! तू दोन्ही हातांनी लिहिण्याचा सराव केलास. ठीक आहे! माझ्याकडे दुसरेही मार्ग आहेत."

त्या दिवशी संध्याकाळी आचार्यांनी अर्जुनदासाला सांगितले, "त्याचा अंगठा मी घेऊ शकलो नाही; पण माझ्या हातात आणखी एक अकाट्य डाव आहे. त्यापासून तो वाचू शकणार नाही. तुझा एक पेपर तपासण्यासाठी माझ्याकडे येईल आणि दुसरा माझा परममित्र देवदत्त शर्माकडे. या दोन्ही पेपरात तुला शंभर पैकी नव्याण्णव मार्क मिळतील आणि तू एकलव्याच्या पुढे जाशील. त्याचे दोन्ही अंगठे कापले जातील... त्याची तीव्र बुद्धी आणि त्याचा अभ्यास, निरुपयोगी ठरेल. अर्जुन निश्चिंत झाला. त्याचा आपल्या गुरूंच्या क्षमतेवर विश्वास होता. ते विभागात इतके प्रभावशाली होते, की त्यांच्या मर्जीविरुद्ध एक पानसुद्धा हलत नव्हतं.

पेपर झाले. अर्जुनदास आणि एकलव्य दोघांनीही यथामती प्रश्नांची उत्तरे लिहिली. एकलव्याच्या मनात शंका होती, पण अर्जुनदास अगदी निःशंक होता. त्याला गुरुकृपा प्राप्त झाली होती.

शेवटचा पेपर टाकल्यावर अर्जुन आचार्यांच्याकडे गेला. आचार्य चेहरा टाकून बसले होते.

अर्जुनाचा उत्साह थंडावला. तो आचार्यांच्या चेहऱ्याकडे बघतच राहिला.

आचार्यांनी दीर्घ श्वास घेतला आणि म्हटलं. "मी अधम आहे. मी आपले वचन पूर्ण करू शकणार नाही. भविष्यात कुणी शिष्य आपल्या गुरूची सेवा करणार नाही आणि पुढच्या गुरूंच्या पिढ्या माझा धिक्कार करतील."

अर्जुनाने विचारले, "पण झालं काय गुरुदेव?"

आचार्य म्हणाले, "फसगत झाली. पेपर तपासण्यासाठी माझ्याकडे आले नाहीत नि देवदत्तकडेही! उपकुलगुरूंनी आपल्या हातांनी कुणा अज्ञात व्यक्तीला पेपर तपासण्यासाठी दिले!"

अर्जुन म्हणाला, "पण हे असं कसं झालं? पेपर कुणाकडे तपासायला जाणार हे तर आपणच निश्चित केलं होतं."

आचार्य म्हणाले, "पण एकलव्याने माझ्याविरुद्ध तक्रार केली होती!"

दोघेही गुरू-शिष्य माना खाली घालून बराच वेळ बसले. अर्जुन म्हणाला, "गुरुदेव प्राचीन काळी पण एक एकलव्य होऊन गेला ना?"

आचार्य म्हणाले, "होय! पण त्यात आणि याच्यात खूप फरक आहे. ते पुण्ययुग होते. हे पापयुग आहे. त्या एकलव्याने कुठलाही विचार न करता अंगठा कापून गुरूला दिला. या एकलव्याने गुरूला अंगठा दाखवला."

मूळ रचना - एकलव्य ने गुरु को अंगूठा दिखाया

❑

फॅमिली प्लॅनिंग

विधात्याच्या 'जीव' विभागाच्या एका गोदामात एक कर्मचारी हातात एक यादी घेऊन इकडे तिकडे फिरत होता. यादीतील नंबर पाहून त्या नंबरचा जीव तो काढत होता आणि अगदी सावधगिरीने कापडाच्या पिशवीत ठेवत होता. कापडाची ती पिशवी दोन-तीन ठिकाणी उसवली होती. कारण त्या पिशवीतूनच तो विधात्याच्या घरी भाजी पोचवत होता.

त्याने जीव नं. स/८६५७३२ काढला आणि त्याला कापडाच्या थैलीत ठेवला, तेव्हा तो जीव म्हणाला, "मला कुठे घेऊन चाललाहेस?"

कर्मचारी म्हणाला, "तुला एका पिंडात घालायचंय. तू पुन्हा जन्म घेशील?"

जिवाने विचारले, "कुणाच्या घरात? कोणत्या स्त्रीच्या पोटी मी जन्म घेणार?"

कर्मचारी चिडून म्हणाला, "जिवाशी बोलायचा मला हुकूम नाही. कुणा वैऱ्याने चुगली केलीय, की मी जिवाकडून लाच घेतो आणि त्याचा बाप बदलतो. तुला जे काही विचारायचं असेल, ते मोठ्या साहेबांना विचार."

जीव म्हणाला, "ठीक आहे, घेऊन चला मला मोठ्या साहेबांकडे!"

कर्मचारी जिवाला घेऊन मोठ्या साहेबांकडे आला. मोठे साहेब रागावलेले होते. कर्मचाऱ्याला पाहून ते उसळले. म्हणाले, "तू किती घोटाळा, केवढी भेसळ केली आहेस. कुणा कोल्ह्याचा जीव तू खुशाल मानवीच्या गर्भात ठेवलास! आता तो मुलगा मोठा झाल्यावर मुलींची छेडछाड काढतोय. याच्या आधीही तू असं केलंयस. मी तुला केव्हाच नोकरीवरून काढून टाकलं असतं; पण नाइलाज आहे. विधात्याच्या घरी तू भाजी पोचवतोस." कर्मचारी काहीच बोलला नाही.

साहेबांनी विचारलं, "आता का आला आहेस?"

कर्मचाऱ्याने जिवाला टेबलावर ठेवलं आणि म्हणाला, "साहेब, हा जीव फारच बडबड करतोय."

साहेब म्हणाले, "पूर्वजन्मीचे संस्कार असणार. कुठल्या तरी रद्दी मालाचा एजंट असणार!"

जीव म्हणाला, "मी एजंट नव्हतो. परिवार नियोजनाचा डॉक्टर होतो. मी

बडबड करत नाहीये. मी विचारतोय, मी कुणाच्या घरात जन्म घेणार आहे?''

साहेबांनी रजिस्टर पाहिलं आणि विचारलं, ''तुझा नंबर?''

''स/८६५७३२''

साहेबांनी रजिस्टर बघून सांगितलं, ''तू एक शाळा मास्तर हरिप्रसाद पांडेचा मुलगा होणार आहेस.''

''किती पगार मिळतो त्याला?''

''महिना दीडशे रुपये.''

''आता त्याला किती मुले आहेत ?''

''सहा. तू त्याचा सातवा मुलगा.''

जीव भुणभुणला, ''छे! छे! सातवा मुलगा व्हायला मी मुळीचा तयार नाही. मी मुळीच जन्म घेणार नाही. पुनर्जन्म मी नाकारत आहे.''

साहेबांना असं घमेंडखोर बोलणं सहन होणं शक्यच नव्हतं. ते म्हणाले, ''जसं काही जन्म घेणं, न घेणं तुझ्या इच्छेवरच अवलंबून आहे. मोठमोठे ऋषी-मुनी जन्मभर तपस्या करतात, तेव्हा कुठे जन्म-मरणाच्या बंधनातून मुक्त होतात. तपस्या करता करता कुणी स्त्री पुढे आली, तर सगळी मेहनत फुकट. अशी तपश्चर्या म्हणजे असिधारा व्रत. तुझी घमेंड चालणार नाही!''

जीव म्हणाला, ''अशी धांदल, गडबडही चालणार नाही. मी प्रत्यक्ष परमेश्वराला भेटेन. हं! काय नाव सांगितलं होतं त्या अभागी मास्तराचं? हरिप्रसाद पांडे. हं! थोडंसं परिचित वाटतंय. कोणत्या शहरात राहतो तो?''

साहेब म्हणाले, ''खांडव्यात.''

जीव उत्तेजित होऊन टेबलावर उसळ्या मारू लागला. ''खांडवा! मीपण तिथेच राहत होतो. मी त्याला चांगलंच ओळखून आहे. तो माझ्या दवाखान्याच्या जवळच राहायचा. अरे, हां! तोच 'डू इट' मास्तर.''

साहेबाने विचारले, ''डू इट' प्रकरण काय आहे? तिथे तर काही अशी नावे ठेवायची पद्धत नाही.''

जीव म्हणाला, ''हे त्याचं प्रचलित नाव आहे. त्याच्या विद्यार्थांनी त्याला दिलेलं. मुले जेव्हा त्याला प्रश्न विचारायची, तेव्हा तो उत्तर द्यायचा नाहीच, उलट त्यांचा कान पिरगाळत म्हणायचा, 'येईल गधड्या! डू इट...डू इट...' बस! त्या मुलांनी त्याचं 'डू इट' मास्तर नाव ठेवून टाकलं. मी त्याला चांगलाच ओळखतो. मी त्याचा सातवा मुलगा होणार? हॅ... काय तरीच...''

साहेबांचं जीवन अतिशय सुस्त वातावरणात आणि शांतपणे व्यतीत होत होतं. इतकी मनोरंजक गोष्ट ऐकता ऐकता ते अगदी खुशीत आले. जिवाला म्हणाले, ''मी तुझ्यावर प्रसन्न आहे, पण मी काही करू शकणार नाही. माझे हात

नियमांनी बांधलेले आहेत. जन्म आणि मृत्यू भगवंताच्या हातात आहे. मी तुला त्यांच्याकडे पाठवतो.''

जिवाला भगवंताकडे नेण्यात आलं. भगवान त्यावेळी, आपल्या स्तुतीच्या पुस्तकाची नवी आवृत्ती पाहत प्रसन्न होत होते. अर्थातच ते चांगल्या मूडमध्ये होते. जिवाला पुस्तक दाखवून म्हणाले, ''कसं काय आहे? तू वाचलंस?''

जीव म्हणाला, ''थोडं थोडं वाचलं. नंतर बोअर झालो. लिहिलंय चांगलं, पण अवैज्ञानिक आहे. अन्‌साइंटिफिक. तुला कळलं तर...''

भगवंताने वाद घालणं योग्य नाही, असं मनाशी ठरवलं आणि विचारलं, ''तुझं काय काम आहे?''

जीव म्हणाला, ''मी मोठ्या विचित्र परिस्थितीत सापडलोय. मी पूर्वी परिवार नियोजनाचा डॉक्टर होतो. दुसऱ्या मुलानंतर हजारो ऑपरेशन्स मी केलीत. आता मलाच शाळा-मास्तरचा सातवा मुलगा म्हणून पाठवलं जातंय. जरा या विसंगतीकडे लक्ष द्या.''

भगवान म्हणाले, ''पण तुला काय अडचण आहे?''

जीव म्हणाला, ''भगवान, आपण काही बघत नाही. लक्षात घेत नाही. मुलांवर मुलं जन्माला घालता नुसती! गरीब मास्तराच्या सातव्या मुलाचं जीवन कसं असेल, मला कल्पना आहे. हा माणूस माझ्या दवाखान्याजवळच राहतो. याची मुलं धड पोटभर खाऊ शकत नाहीत, की अंगभर कपडे घालू शकत नाहीत. भुके-कंगाल, मरायला टेकलेली, अशी आहेत याची मुलं. शरीरस्वास्थ्य नाही. शिक्षण नाही. संस्कार नाहीत. त्याच्या मुलांना कोणतंही भविष्य नाही. मी त्याचा सातवा मुलगा होणार. माझी स्थिती कशी होईल, जरा कल्पना करा. याच्या पहिल्या मुलाचा सदरा दुसरा मुलगा घालत होता. दुसऱ्याचा तिसरा. तिसऱ्याचा चौथ्याला मिळायचा. मला तर फाटका-तुटका सदराही मिळणार नाही. कारण माझ्यावर सगळ्या मुलीच आहेत. तो मास्तर लग्नानंतर मोठे झकास कपडे वापरायचा. नंतर त्याने आपल्या चौथ्या मुलाचं नाक आपल्या शर्टाच्या बाहीने पुसलेलं मी पाहिलंय.''

भगवान म्हणाले, ''पण त्याला संतान हवंय!''

जिवाने उत्तर दिले, ''तो कसली मुलाची इच्छा करतोय? मुलं होणं ही त्याची मजबुरी आहे. तो तर मुलांमुळे वैतागलाय. तो त्यांना मारतो. शिव्या देतो. ओरडतो. म्हणतो, 'रांडिच्चे मरतही नाहीत. मलाच खाऊन टाकतील.' तो आपल्या पत्नीशीही भांडतो. म्हणतो, 'तू इतकी मुलं जन्माला घातलीस!' ती म्हणते, 'काय? मी एकटीनेच मुलं जन्माला घातली?' तेव्हा तर्कदृष्टी नसल्यामुळे तो आपल्या बायकोला मारतो. मुलं बघतात, की आपला बाप आपल्या आईला अशासाठी मारतोय, की आपण जन्माला आलोय. बाप व मुले परस्परांचा तिरस्कार करतात. अशा घरात तुम्ही मला पाठवणार?''

भगवंताला त्याच्या सांगण्यात रस निर्माण झाला होता. ते म्हणाले, ''पण तू तर परिवार नियोजनाचा डॉक्टर होतास. तू का नाही हा सारा प्रकार थांबवलास? तू तुझं कर्तव्य पूर्ण केलं नाहीस!''

जिवाच्या अभिमानाला ठेच लागली. तो म्हणाला, ''मी किती काम केलंय, हे साऱ्या इलाख्याला माहीत आहे. जर मी आणखी दहा वर्षं जगलो असतो, तर माणसंच काय कुत्री-मांजरंही दोनाच्यावर आपली पिल्लावळ पैदा करू शकली नसती. मी तर तिसऱ्या मुलानंतरच या मूर्खाला म्हटलं होतं...''

भगवान म्हणाले, ''ते तुझे पिताजी होणार आहेत. त्यांना मूर्ख म्हणतोस?''

जीव काहीशा बेपर्वाईने म्हणाला, ''पिता कसा होईल? झालाच तर दुष्मन होईल. मी त्या मूर्खाला सांगितलं, 'आता पुरे झालं. तू अणुयुगातला माणूस आहेस. विज्ञानाने खूप साधी-सोपी साधनं निर्माण केली आहेत. तू माझ्या दवाखान्यात ये.' त्याने एक-दोनदा 'हां हूं' म्हटलं पण नंतर तो मला टाळून जाऊ लागला. कसला संकोच, भीती त्याला वाटली कुणास ठाऊक! त्यानंतर त्याला चौथा झाला नि इथे येण्याच्या थोडंसं आधी, पाचवाही झाला. इकडे माझी पाठ फिरली. नि ऐकलं, सहावासुद्धा झाला. या जगात अशी काही माणसे आहेत जी आधुनिक पोशाखातील 'गुहा मानव' आहेत. पूर्व पाषाण काळातील लोक, पूर्णत: निसर्गाच्या अधीन, विवश असे! लाखो वर्षांचा वैज्ञानिक विकास त्यांच्यासाठी व्यर्थ आहे. त्याचं परिवार नियोजन तर आपणही करू शकणार नाही. जर आपण यांना मुलं देणं बंद केलं, तर ते कुत्र्या-मांजराची पिलं जन्माला घालतील.''

भगवान म्हणाले, ''पण तू जास्त मुलांच्या इतका विरोधात का आहेस? मलासुद्धा कोट्यावधी मुलं आहेत. सगळे आस्तिक मला 'पिता' म्हणतात.''

जीव सूक्ष्म रूपातच हसला. म्हणाला, ''हासुद्धा आपल्याला प्रिय वाटणारा एक भ्रमच आहे. ती सगळी मंदिरं आणि चर्चमधील प्रार्थनेच्या छापलेल्या पुस्तकांत वाचून असं म्हणतात. त्या बाहेर कोणी आपल्याला पिता मानत नाही. आपले नाव लिहिताना कोणी किशोरीलाल लिहितो, कोणी मगनलाल. एकच होता, जो खुल्या जगात आपल्याला, स्वत:चा पिता म्हणायचा– येशू ख्रिस्त; पण तो त्याचा अपराध मानला गेला आणि आपल्या लबाड मुलांनी त्याला सुळावर चढवलं!''

जिवाचं हे बोलणं भगवंताला काही आवडलं नाही. डॉक्टरच्या जिवाबरोबर आता अधिक काही बोलण्याची त्याची इच्छा नव्हती. त्यांनी अंतिम निर्णय देऊन टाकला, ''माझे शब्द अटळ आहेत. तुला त्याच्या घरी जन्म घ्यावाच लागेल.''

जिवाचं धैर्य ओसरलं. तो क्रोधित होऊन म्हणाला, ''आपल्याला न्याय-अन्यायची काही चाड आहे की नाही? मी आपल्या वैष्णव रूपाबद्दलच बोलतो. आपल्याला एकदा जन्म घ्यावा लागला, तर आपण पारखून, एक चक्रवर्ती सम्राट

दशरथ याला पिता म्हणून निवडलंत. कुणा शाळामास्तरचे सातवे चिरंजीव का झाला नाहीत आपण? आपण होणार राजपुत्र! त्या काळात हजारो मुले असायची. आपल्या वडलांना फक्त चार. त्यातही सगळ्यात मोठे आपण! महाल, नोकर-चाकर, चांगले कपडे, अभ्यास घ्यायला खास गुरू! नंतर आपल्याला सामान्य अशा वसुदेवाच्या घरात जन्म घ्यावा लागला. तेव्हा आपला नंबर नववा होता. पण, कंसाच्या निमित्ताने आपण पहिल्या आठ मुलांना निरोप दिलात आणि एकुलते एक राहिलात. मला मात्र एका गरिबाच्या घरात सातवं मूल म्हणून पाठवता आहात.''

जिवाने अविवेक केला. दिवस-रात्र स्तुती ऐकायची सवय असलेल्याला खरी पण अप्रिय गोष्ट सांगू नये.

भगवान रागाने लालेलाल झाले. कठोर स्वरात म्हणाले, ''आपला बाप निवडायचा अधिकार कुणालाच नाही. जा. उद्या तुला मास्तरणीच्या गर्भात घातलं जाईल.''

बाहेर पडताच जीव रडायला लागला. ''हाय! सातवा!''

वर्तमानपत्रात बातमी छापली गेली... 'हरीप्रसाद पांडे नामक शिक्षकाच्या घरी एका विचित्र मुलाने जन्म घेतला आहे. तो जन्मतःच म्हातारा आहे. त्याचे केस पांढरे आहेत. चेहऱ्यावर सुरकुत्या आहेत आणि खांदे झुकलेले. तो हसत नाही. ओरडत, किंचाळत नाही. म्हाताऱ्या माणसाप्रमाणे उदास आणि गंभीर असतो. त्या बालकात आणखी एक विचित्र गोष्ट आहे. सात वाजता एकदम किंचाळतो आणि सात तारखेला दिवस-रात्र रडत असतो. श्रद्धावंताचा असा विश्वास आहे, की हा कुणी ऋषी अनिच्छेने या असार संसारात आला आहे.

मूळ रचना - फॅमिली प्लॅनिंग

❑

मेंढे आणि लांडगे

एकदा वनातील पशूंना वाटलं, की आपण सांस्कृतिकदृष्ट्या अशा एका पातळीवर पोहोचलो आहोत, की आता यापुढे आपल्याला एक चांगली शासनव्यवस्था निर्माण केली पाहिजे. त्यानंतर एकमताने निश्चित झाले, की वनप्रदेशात प्रजातंत्र स्थापित करायचे.

लगेचच एक समिती स्थापन करण्यात आली. लगेचच तिची प्रणाली तयार करण्यात आली. आणि लगेचच पंचायतीच्या निर्माणाची घोषणा करण्यात आली आणि असे निश्चित करण्यात आले, की सर्व पशूंनी निवडून दिलेले प्रतिनिधीच वनप्रदेशासाठी कायदे करतील आणि शासन चालवतील.

पशु-समाज या क्रांतिकारी परिवर्तनाने विलक्षण उल्हसित आणि उत्तेजित झाला. त्यांच्या अंगावर हर्षाचे, आनंदाचे रोमांच उठले. त्यांना वाटलं सुख, समृद्धी आणि सुरक्षिततेचं सुवर्णयुग आता आलं... आलंच दृष्टीच्या टप्प्यात...

ज्या वनप्रदेशात या कहाणीची मुळं रोवलेली होती. तिथे खूपच मेंढ्या होत्या. मेंढा म्हणजे अगदी साधा-सुधा, भाबडा-कोमल, दयाळू, इमानदार, प्रामाणिक आणि निर्दोष पशू. इतका कोमल आणि दयाळू की बिचारा गवतसुद्धा हळूहळू त्याला दुखापत होणार नाही, इतक्या हळुवारपणे खाणारा...

मेंढ्यांना वाटलं, चला, आता आपलं भय दूर होणार. आम्ही आमच्या प्रतिनिधींकडून कायदे तयार करून घेऊ. असा कायदा करून घेऊ, की कुणीही दुसऱ्या जीवाला त्रास देऊ नये. मारू नये. सगळ्यांनी जगावं आणि दुसऱ्याला जगू द्यावं. शांती, स्नेह, बंधुत्व, सहकार्य यावर समाज आधारित असायला हवा.

इकडे लांडग्यांनी विचार केला, झालं, आता संपलं सगळं! आता आमचा अंतकाळ आला. मेंढ्यांची संख्या इतकी आहे, की पंचायतीत त्यांचंच बहुमत होणार! आणि जर त्यांनी असा कायदा केला, की कुठल्याही प्राण्याने दुसऱ्या प्राण्याला मारू नये, तर आम्ही खायचं काय? आता आम्हाला गवत खायला शिकावं लागेल की काय?

निवडणूक जसजशी जवळ आली. तसतसा मेंढ्यांचा उत्साह वाढत चालला.

निवडणूक जसजशी जवळ आली. तसतशी लांडग्यांची उलघाल वाढली.

एके दिवशी एका म्हाताऱ्या कोल्ह्याने लांडग्याला म्हटले, "महाराज, आजकाल आपण अतिशय उदास दिसता."

प्रत्येक लांडग्याच्या जवळपास दोन चार कोल्हे असतातच. जेव्हा लांडगा आपली शिकार खातो, तेव्हा हे कोल्हे हाडाला चिकटून राहिलेलं मासं कुरतडून खातात. हाडं चोखतात. ते लांडग्यांच्या जवळून शेपूट हलवत चालतात. त्यांची सेवा करतात आणि वेळी अवेळी 'कुईऽऽऽ कुई ऽऽऽ' करत त्यांचा जयघोष करतात.

तेव्हा म्हाताऱ्या कोल्ह्याने मोठ्या गांभीर्याने विचारलं, "आपल्या मुखचंद्रावर चिंतेचे मेघ का दाटून आले आहेत?" तो कोल्हा बहुधा कविता बिविता करत असणार किंवा दुसऱ्या कुणाची तरी उक्ती त्याने आपलीच म्हणून वापरली असणार.

लांडगा म्हणाला, "वनप्रदेशात आता नवं शासन येणार. आमचं राज्य सरलं. तुला काय हे माहीत नाही?" कोल्हा दात काढून म्हणाला, "आम्हाला काय माहीत महाराज? आमचे तर तुम्हीच माय-बाप. आम्ही काही दुसरं सरकार जाणत नाही. आपण दिलेलं खातो नि आपलंच गुणगान गातो."

लांडगा म्हणाला, "पण आता अशी वेळ आलीय की वाळलेली हाडकंसुद्धा चावायला मिळायची नाहीत."

कोल्ह्याला सगळं माहीत होतं. पण माहीत असूनही माहीत नसण्याचं नाटक करता येत नसतं तर तो काय वाघ झाला नसता?

शेवटी, लांडग्याने वनप्रदेशातील पंचायत समितीच्या निवडणुकीबद्दल म्हाताऱ्या कोल्ह्याला सांगितले आणि पराभूत मनाने म्हणाला, "निवडणूक तर अगदी जवळ आलीय. इथून पळून जाण्याशिवाय दुसरा मार्ग नाही. पण पळून तरी जाणार कुठे?"

कोल्हा म्हणाला, "सर्कशीत जा!"

लांडगा म्हणाला, "तिथेसुद्धा वाघ, अस्वलांना घेतात. आम्ही इतके बदनाम आहोत, की आम्हाला कोणीच विचारत नाहीत."

"मग..." कोल्हा विचार करून म्हणाला, "प्राणीसंग्रहालयात जा!"

लांडगा म्हणाला, "तिथे तरी जागा कुठाय? तिथे आता माणसं ठेवली जाताहेत. असं ऐकू येतंय."

म्हातारा कोल्हा मग ध्यानमग्न झाला. त्याने एक डोळा बंद केला. वरच्या दातांनी खालचे ओठ चावले आणि एकटक आकाशाकडे बघू लागला. जणू 'विश्वात्म्याशी' कनेक्शन जोडतोय. मग म्हणाला, "बस्स! सगळं लक्षात आलं! पंचायतीत आपल्या लांडग्यांना बहुमत मिळालं तर?"

लांडगा चिडून म्हणाला, "काय बोलतोस? अरे, आमच्या जातीचे तर दहा

टक्केसुद्धा नाहीत. मेंढे आणि छोटे छोटे प्राणी यांची संख्या एकूण नव्वद टक्क्यांच्या वर आहे. ते कसे आम्हाला निवडून देतील? अरे, जीवन काय स्वत:ला मृत्यूच्या हाती सोपवेल? हां पण, असं घडलं तर...वा! काय बहार येईल!''

म्हातारा कोल्हा म्हणाला, ''आपण खिन्न होऊ नका. मला एका दिवसाची मुदत द्या. उद्यापर्यंत एखादी योजना तयार होईल. मात्र, एक गोष्ट आहे. मी म्हणेन तसंच आपल्याला वागायला हवं!''

संकटात सापडलेल्या लांडग्याने अखेर कोल्ह्याला आपला गुरू मानले आणि आज्ञापालनाची शपथ घेतली.

दुसऱ्या दिवशी म्हातारा कोल्हा आपल्याबरोबर आणखी तीन कोल्ह्यांना घेऊन आला. त्यापैकी एक कोल्हा पिवळ्या रंगाने रंगलेला होता. दुसरा निळ्या आणि तिसरा हिरव्या.

लांडग्याने त्यांना पाहिले आणि विचारले, ''हे कोण आहेत?''

म्हातारा कोल्हा म्हणाला, ''हेसुद्धा कोल्हेच आहेत. रंगलेले कोल्हे...हे आपली सेवा करतील. आपल्या निवडणुकीचा प्रचार करतील.''

लांडग्याने शंका उपस्थित केली. ''यांचं म्हणणं कोण ऐकून घेईल? हे तर आधीपासून छल-कपटासाठी बदनाम झालेले आहेत.''

कोल्ह्याने लांडग्याच्या एका हाताचं (पर्यायी पायाचं) चुंबन घेतलं आणि म्हणाला, ''सरकार आपण अगदी भोळे सांब आहात. असं ऐकलंय की रंगरूप बदलल्याने माणूससुद्धा बदलतो. मग हे तर बोलून चालून, नव्हे, रंगून कोल्हेच !''

नंतर म्हाताऱ्या कोल्ह्याने लांडग्याचं रूपसुद्धा बदललं. गळ्यात माळ घातली. मस्तकावर तिलक लावला. तोंडात गवताचे काही घोस दिले व म्हणाला, ''आता आपण अगदी संत झालात. आता मेंढ्यांच्या सभेत जाऊया. मात्र तीन गोष्टी ध्यानात ठेवायच्या: आपली हिंसक नजर कधीही वर उठता कामा नये. नेहमी जमिनीकडे बघायचं आणि काहीही बोलायचं नाही. नाहीतर सगळं गुपित फुटेल. तिथे खूपसे मेंढे-मेंढ्या येतील. सुंदर-सुंदर, मऊ-मुलायम. तेव्हा कुणावरही हल्ला करायचा नाही. कुणाचीही शिकार करायची नाही.''

लांडग्याने विचारले, ''हे रंगलेले कोल्हे काय करतील? त्यांचा उपयोग काय?''

म्हातारा कोल्हा म्हणाला, ''हे मोठ्या कामाचे आहेत. आपला सारा प्रचार हेच करतील. यांच्या जिवावरच आपण निवडणूक लढवायची. हा पिवळ्या रंगाचा कोल्हा मोठा विद्वान आहे. विचारवंत आहे. लेखक आहे. कवीही आहे. हा निळा कोल्हा नेता आहे आणि पत्रकार आहे. हा हिरवा धर्मगुरू आहे. बस! आता चलू या.''

''थांब जरा!'' लांडगा म्हणाला, ''कवी, लेखक, नेता, विचारवंत...असं ऐकलंय, की हे लोक चांगले असतात. हे तिघे...''

त्याचं बोलणं मधेच तोडत. कोल्हा म्हणाला, ''हे तिघे खरे नाहीत. रंगवलेले आहेत. महाराज, आता चला. उशीर करू नका.''

ते तिघे निघाले. पुढे म्हातारा कोल्हा होता. त्याच्यामागे रंगलेले कोल्हे आणि या रंगलेल्या कोल्ह्यांमागे लांडगा चालत होता. कपाळावर टिळा. गळ्यात रुद्राक्ष माळा, तोंडात गवताचे घोस. सावकाश सावकाश चालत होता. अत्यंत गंभीर. नजर खाली. साक्षात विनयमूर्ती.

इकडे एका ठिकाणी हजारो मेंढे-मेंढ्या एकत्र आले होते. ते संत दर्शनासाठी आले होते. संताच्या आगमनाची वार्ता कोल्ह्याने पसरवली होती.

चारही कोल्हे 'संत लांडगोबां' चा जयजयकार करत कळपापाशी आले.

म्हाताऱ्या कोल्ह्याने 'संत लांडगोबांचा' पुन्हा जयजयकार केला. मेंढ्यांमध्ये आधीपासून विखरून बसलेल्या कोल्ह्यांनीही जयजयकाराचा आवाज उमटवला.

मेंढ्यांनी पाहिलं, तेव्हा ते म्हणाले, ''अरे पळा पळा! हा तर लांडगा आहे!''

इतक्यात म्हाताऱ्या कोल्ह्याने त्यांना थांबवत म्हंटलं, ''बंधु-भगिनींनो, आता घाबरू नका. लांडगेराज आता संत झाले आहेत. त्यांनी हिंसा सोडून दिली आहे. त्यांचं हृदयपरिवर्तन झालं आहे. गेले सात दिवस ते गवत खाताहेत. रात्रंदिवस भगवद्भजन आणि परोपकार यातच ते व्यग्र आहेत. त्यांनी आपलं जीवन जीवमात्रांच्या सेवेसाठी अर्पित केलंय. आता ते कुणाचंही मन दुखवत नाहीत. कुणाच्या केसालाही धक्का लावत नाहीत. मेंढ्यांबद्दल त्यांना विशेष प्रेम आहे. या जातीने जे कष्ट सहन केले, दु:ख भोगले त्याची आठवण येताच अजूनही 'संत लांडगोबां' च्या डोळ्यांतून अश्रू येतात. लांडग्यांच्या जातीने आपल्यावर जो अत्याचार केलाय, त्याची आठवण येताच 'संत लांडगोबांची' दृष्टी शरमेने जी खाली झुकलीय, ती अद्याप झुकलेलीच आहे. मात्र आता ते आपलं उर्वरित आयुष्य आपल्या सेवेत वाहून आपल्या सगळ्या पापांचं प्रायश्चित्त घेतील.

आज सकाळचीच गोष्ट. एका छोट्या कोकराच्या पायात काटा गेला होता. संत लांडगोबांनी तो आपल्या दातांनी काढला. मात्र ते बिचारं कोकरू मरण पावलं, तेव्हा त्याची अंत्यक्रिया त्यांनी मोठ्या सन्मानाने केली. त्यांच्या घराजवळ जो हाडांचा ढीग पडलाय, त्याचं दान देण्याची घोषणाही त्यांनी या निमित्ताने आज सकाळी केली. आता त्यांनी सर्वस्वाचा त्याग केलाय. आता आपण त्यांचे भय बाळगू नका. त्यांना आपला भाऊ माना. बोला. सगळे मिळून बोला, 'संत लांडगोबांचा विजय असो !''

लांडगोबा अद्यापही मान खाली झुकवून विनयाची मूर्ती बनून बसले होते. समोर

इतके सगळे मेंढे-मेंढ्या बघून त्यांच्या तोंडाला सुटलेल्या पाण्याचा घुटका गिळत होते.

म्हातारा कोल्हा म्हणाला, ''मी आता संत लाडगोबांना प्रेम आणि दयेचा संदेश देण्याची विनंती करत आहे, परंतु अतीव प्रेमाने त्यांचे हृदय भरून आले आहे. ते गदगदले आहेत. भावातिरेकाने त्यांचा कंठ अवरुद्ध झाला आहे. ते बोलू शकत नाहीत. आता आपण या रंगलेल्या तीन प्राण्यांकडे पाहा. आपण यांना ओळखलेलं नसणार! ओळखणार तरी कसं? हे काही या लोकीचे जीव नाहीत. ही तर स्वर्गातील दैवते आहेत. या पृथ्वीवर आम्हाला समुपदेशन करण्यासाठी ती अवतीर्ण झाली आहेत. हे पिवळे...हे विचारवंत, लेखक, कवी आहेत. निळे आहेत, ते नेते आहेत आणि स्वर्गातील पत्रकार आहेत. हिरवे आहेत, ते धर्मगुरू आहेत. आता कविराज आपल्याला स्वर्गीय संगीत ऐकवतील. हां कवीजी...''

पिवळ्या कोल्ह्याने कुई ऽऽऽ कुई ऽऽऽ करणं सुरू केलं. त्याला त्याच्याशिवाय दुसरं काही येतच नव्हतं. त्याचं ऐकून बाकीच्या कोल्ह्यांनीही कुई ऽऽऽ कुई ऽऽऽ सुरू केलं. म्हाताऱ्या कोल्ह्याने डोळ्यांनीच इतर कोल्ह्यांना गप्प केलं आणि चतुराईने प्रसंगावधान राखत म्हटलं, ''बंधूंनो, कविवर्य कोरसमध्ये गीत गातात. पण, आपल्याला काही कळलं का? कळणार तरी कसं? कवीचं म्हणणं सगळंच्या सगळं कळलं, तर तो कवी कसला? त्यांच्या काव्यातून शाश्वत स्वर लागलाय. ते म्हणताहेत, की स्वर्गात जसा परमात्मा, तसाच पृथ्वीवर लांडगोबा. हे लांडगोबा...आपण महान आणि सर्वव्यापी आहात. सर्व शक्तिमान आहात. प्रात:कालीन संध्या आपल्या मस्तकावर तिलक लावते. सायंकालीन उषा आपल्या मुखाचं चुंबन घेते. साक्षात पवन आपल्याला वारा घालतो. रात्रीच्या वेळी आपलंच तेज लक्ष लक्ष तुकडे होऊन चांदण्या बनून आकाशात चमचमतं! हे विराट, आपल्या चरणाशी या क्षुद्र जीवाचा प्रणाम!''

मग निळा कोल्हा म्हणाला, ''निर्बलांचं रक्षण बलवानच करू शकतात. मेंढे कोमल आहेत. निर्बल आहेत. ते आपले रक्षण करू शकणार नाहीत. लांडगे बलवान आहेत, म्हणून आपल्या रक्षणाची जबाबदारी त्यांच्यावर सोपवून तुम्ही निश्चिंत रहा. ते आपले भाऊच आहेत. आपण एका जातीचे आहोत. तुम्ही मेंढे. ते लांडगे...आणि लांडगा तर मेंढ्यांना खातो, म्हणून व्यर्थच बदनाम झालाय. अरे, खाणारे दुसरेच आहेत. हाडे त्यांच्या दारापुढे फेकली जातात आणि ते व्यर्थ बदनाम होतात.''

''तुम्ही तर पंचायतीत बोलूही शकणार नाही. लांडगा बलवान आहे. जर तुमच्यावर काही अन्याय झालाच, तर तो खंबीरपणे लढा देईल. म्हणूनच आपल्या हितरक्षणासाठी आपला प्रतिनिधी म्हणून लांडगोबांना पंचायतीत पाठवा. बोला! संत लांडगोबांचा विजय असो!''

मग हिरव्या रंगाच्या धर्मगुरूने उपदेश केला, ''जो इथे त्याग करेल, तो त्या लोकात स्थान मिळवेल. जो इथे दुःख भोगेल, तो तिथे सुख मिळवेल. जो इथे दुसऱ्याला राजा बनवेल, तो तिथे बनेल. जो इथे मत देईल, तो तिथे मत मिळवील. म्हणून सर्वांनी मिळून लांडगोबांना मत द्या. ते दानी आहेत. परोपकारी आहेत. संत आहेत. मी त्यांना प्रणाम करतो.''

अखेर पंचायतीची निवडणूक झाली. मेंढ्यांनी आपल्या हितरक्षणासाठी लांडग्यांना निवडले. आणि मेंढ्यांच्या भलाईसाठी लांडग्यांनी प्रथम हा कायदा केला.... 'प्रत्येक लांडग्याला सकाळी नाश्त्यासाठी एक मुलायम कोकरू दिलं जावं. दुपारच्या जेवणासाठी एक पुरी मेंढी आणि रात्री शरीरस्वास्थ्याचा विचार करून कमी खाल्लं पाहिजे, तेव्हा रात्रीला अर्धा मेंढा दिला जावा.'

मूळ रचना - भेडे और भेडिये

❑

बिचारा त्रिशंकू

कुठल्याशा शहरातील एका गलिच्छ वस्तीत एका छोट्या, साध्याशा घरात एक माणूस राहत होता. त्याचं नाव त्रिशंकू होतं. ते शाळेत शिकवत होते.

त्रिशंकू जवळजवळ प्रत्येक बाबतीत असमाधानी होते, पण त्याची सगळ्यात जास्त तक्रार आपल्या घराबद्दल होती. त्यांची जीवनातील सगळ्यात मोठी आणि तीव्र इच्छा अशी होती, की चांगल्या परिसरातील चांगल्या घरात राहता यावं. घरमालकांची जी मुलं त्यांच्या शाळेत शिकायची, त्यांच्यावर ते खूप प्रेम करायचे. परीक्षेच्या काळात त्यांना महत्त्वाचे प्रश्न सांगायचे. त्यांना जास्त मार्कदेखील द्यायचे. ते विचार करायचे, कधी तरी एखादा घरमालक प्रसन्न होऊन विचारेल, 'तुला काय पाहिजे?' आणि आपण म्हणू, 'एक चांगलं घर!'

त्या शहरात एक रेंट कंट्रोलर राहायचे. त्यांचं नाव विश्वामित्र. ते घरभाड्यावर नियंत्रण ठेवायचे आणि रिकाम्या जागा भाडेकरूंना द्यायचे.

विश्वामित्रांचा मुलगा त्रिशंकूंच्या वर्गात शिकत होता. त्रिशंकू त्याच्यावरही खूप प्रेम करायचे. मुलगा अभ्यासात तसा सुमारच होता आणि विश्वामित्रांनी त्याला पुस्तके सांभाळून ठेवायला सांगितली होती. 'पुढल्या वर्षी उपयोगी पडतील,' ते म्हणाले होते. पण, त्रिशंकूने त्याला काही महत्त्वाचे प्रश्न सांगितले होते आणि नंतर त्याला असे काही मार्क दिले होते, की तो पास झाला.

विश्वामित्र अगदी खूश झाले. एक दिवस त्रिकंशूमास्तर, विश्वामित्रांचा मुलगा पास झाल्याबद्दलची मिठाई खात होते, तेव्हा विश्वामित्र म्हणाले, ''त्रिशंकूमास्तर, मी खूष आहे तुमच्यावर! मी तुमच्यासाठी काही तरी करू इच्छितो. बोला! काय पाहिजे तुम्हाला?''

त्रिशंकू किती तरी दिवसांपासून या क्षणाची वाट पाहत होते. किती तरी घरं त्यांच्या डोळ्यापुढे झुलत राहिली, पण त्यांनी उतावळेपणा केला नाही. मोठ्या धैर्याने ते म्हणाले, ''साहेब, मी असं काय विशेष केलं, की ज्याच्याबद्दल मी विशेष अशी कशाची तरी आपेक्षा करावी? मी माझं कर्तव्य केलं. आपण शहरातल्या लोकांना घरं देता. आपलाच मुलगा पास झाला नाही, तर शहराच्या दृष्टीने ही

शरमेची गोष्ट आहे. मी एक नागरिक या नात्याने माझं कर्तव्य केलं! आपल्या कृपेशिवाय मला दुसरं काही नको!''

या शब्दांमुळे विश्वामित्राची छाती आणखी रुंदावली. त्रिशंकूवर दया करण्यासाठी ते अतिशय उत्कंठित झाले.

''नाही त्रिशंकू, तुम्ही काही तरी मागाच! तुमचं माझ्यावर ऋण आहे. बालकाचा एक पिता जन्मदाता असतो आणि दुसरा विद्या देणारा. तुम्ही मुलाला लिहिण्या-वाचण्याव्यतिरिक्त, लायकी नसताना यश कसं प्राप्त करून घेतलं पाहिजे, ही अमूल्य विद्यादेखील शिकवलीत. तुमचा दर्जा माझ्यापेक्षाही वरचा आहे. बोला! काय पाहिजे तुम्हाला?''

त्रिशंकूने बघितलं, लोखंड खूप गरम झालंय. ते म्हणाले, ''ठीक आहे साहेब! आपण प्रसन्न झाला आहात, तर मला चांगल्याशा वस्तीत एक चांगलंसं घर मिळवून द्या.''

विश्वामित्र जरा विचारात पडले. म्हणाले, ''त्रिशंकूमास्तर, तुम्ही मोठी कठीण गोष्ट मागितलीत. घरांची खूपच कमतरता आहे. तुम्ही घराच्या जागी एखादा देश जरी मागितला असता तरी देणं कठीण नव्हतं! पण जाऊ दे. मी वचन देऊन बसलोय. तुम्हाला घर मिळवून देईन.''

विश्वामित्रांनी टेबलाच्या ड्रॉवरमधून एक डायरी काढली आणि तिची पाने पालटू लागले. एका पानापाशी ते येऊन थांबले आणि त्यांनी फ़ोन लावला.

''हॅलो...इंद्रजी आहेत?...मी विश्वामित्र बोलतोय. नमस्कार...हं..हं...आपली कृपा..हॅ..हॅ..हॅ..एका खास कारणासाठी मी आपल्याला कष्ट देतोय. आपल्याकडे एखादं घर रिकामं आहे?...अच्छा..अच्छा..माझ्या परिचयातले एक गृहस्थ आहेत...हो...हो...सज्जन आहेत. मग? त्यांना पाठवून देऊ? संध्याकाळपर्यंत? अच्छा अच्छा..धन्यवाद!''

विश्वामित्रांनी फोन ठेवला. त्रिशंकूला म्हणाले, ''चला! तुमचं काम झालं! शहरातील सगळ्यात चांगल्या वस्तीत तुमच्यासाठी घर निश्चित केलं!''

त्रिशंकूचा चेहरा, ज्याची एकेक पाकळी, फोनवरील एकेका वाक्याने फुलत होती, आता पूर्णपणे फुलला होता. त्यांनी विचारलं, ''हे घर कुठे आहे?''

विश्वामित्र म्हणाले, ''आपल्या शहरातील सगळ्यात सुंदर परिसरात- 'स्वर्गपुरी'त आहे. त्याला 'सिव्हिल लाईन्स' म्हणतात. तिथे इंद्रदेव नावाच्या सज्जनाची अनेक घरं आहेत. इंद्रदेव प्रथम 'लोक-कर्म' विभागात इंजिनिअर होते. राष्ट्रनिर्माणाचं काम त्यांनी इतकं रुची घेऊन केलं, की रिटायर होता होता त्यांची पंधरा-वीस घरे झाली. ती सगळी त्यांनी भाड्याने दिलीत. त्यापैकीच एका घराचा एक भाग मी तुम्हाला देववलाय.''

त्यावर पहिला प्रश्न त्रिशंकूने विचारला. "भाडं?"

विश्वामित्र म्हणाले, "ती चिंता तुम्ही करू नका. मी सगळ्या गोष्टी बोलेन. तुम्ही संध्याकाळी इंद्रदेवांच्या घरी जा आणि ते सांगतील त्या जागी राहायला लागा. उद्या एकतीस तारीख आहे. हे घर आजच रिकामं करा. नाहीतर, घरमालक तुमच्याकडून महिन्याचं भाडं घेईल. तुम्ही सामान घेऊनच तिकडे जा."

त्रिशंकू गोंधळात पडला. 'स्वर्गपुरी' किंवा 'सिव्हिल लाईन्स'चं जगच वेगळं होतं. तिथले लोक किती भिन्न प्रकारचे होते! त्रिशंकू त्यांच्याकडे काहीसं प्रशंसेनं आणि काहीसं भयाने पाहत असायचे. तिथे राहण्याची कल्पना त्यांनी अनेक वेळा केली होती. त्यात सुख वाटत होतं. आता तिथे प्रत्यक्षात रहायला जाण्याचा प्रसंग आला, तेव्हा मात्र, त्यांचं मन मागे-पुढे होऊ लागलं. ते विचार करू लागले. 'मी तिथे राहू शकेन? लोक मला तिथे राहू तरी कसे देतील?'

त्यांनी भीत भीत म्हटलं, "साहेब, तिथे वेगळ्या प्रकारचे लोक राहतात. त्यांची जातकुळीच वेगळी! ते मला त्यांच्यात कसे राहू देतील?"

विश्वामित्र म्हणाले, "असं अजाण असल्यासारखं काय बोलताय तुम्ही त्रिशंकू? तिथे घर मिळणं मोठी सुदैवाची गोष्ट आहे. आणि तुम्ही अशा सौभाग्याला ठोकर मारताय? तुम्ही घाबरू नका. बेधडकपणे जा. मी सांगितलंय. इंद्रजी हात जोडून तुम्हाला घर देतील."

तरीसुद्धा त्रिशंकूच्या मनाने उभारी घेतली नाही. त्यांनी मोठ्या दीनवाणेपणाने म्हटलं, "साहेब, मला असं का वाटतंय कुणास ठाऊक? मला वाटतंय, तिथे आम्ही मनानेच राहू शकू. सदेह राहायला गेलो, तर ते आमचा स्वीकार करणार नाहीत."

विश्वामित्रांचा अभिमान जागृत झाला. त्रिशंकू त्यांच्या शक्तीबद्दल अविश्वास दाखवत होता. ते उठून उभे राहिले. त्यांचं तेज जागृत झालं. म्हणाले, "त्रिशंकू मी विश्वामित्र आहे. रेंट कंट्रोलर. माझं बोलणं कुठलाही घरमालक टाळू शकत नाही. माझी वीस वर्षांची नोकरी आहे. ही काही कमी तपस्या नाही. मी तुम्हाला 'स्वर्गपुरी'त वसवेनच! माझं वचन फुकट जाणार नाही. जा. संध्याकाळपर्यंत इंद्रजींकडे जा."

त्रिशंकूने संध्याकाळी एका हातगाडीवर सामान लादलं आणि सिव्हिल लाईन्सचा रस्ता धरला. इंद्रजींच्या बंगल्यात ते पोचले, तेव्हा इंद्रजी बागेमध्ये आरामखुर्चीवर बसून माळ्याला सूचना देत होते. त्रिशंकूने हातगाडी रस्त्याच्या कडेला उभी केली आणि इंद्रजींसमोर जाऊन उभे राहिले.

"नमस्कार साहेब!"

"हं! काय काम आहे?"

नमस्काराच्या जागी ‘हं’ ऐकून त्रिशंकूचं डोकं तापलं, पण आपली गरज लक्षात घेऊन त्यांनी ते सहन केलं. त्यांना वाटलं, जसं काही कुठल्या तरी दारासमोर आपण भीक मागायला उभे आहोत आणि आतून आवाज येतोय, ‘पुढे व्हा!’

आपलं धैर्य एकवटून त्यांना म्हटलं, “आपल्याला विश्वामित्रांनी घरासाठी फोन केला होता नं, त्यासाठी...”

इंद्र म्हणाले, “ठीक.. ठीक.. कुठे आहेत तुझे साहेब?”

“कोण साहेब?” त्रिशंकूला काहीच कळलं नाही.

“अरे, तेच... ज्यांना घर हवंय...” इंद्र वैतागाने म्हणाले.

त्रिशंकूना जणू झटका लागला. ते म्हणाले, “जी... साहेब... मी... मीच राहणार आहे...”

इंद्र उठून बसले. डोळे फाडून त्याच्याकडे बघू लागले आणि किंचाळले, “काय?...तू... तू... राहणार माझ्या घरात? विश्वामित्र काय दिवसासुद्धा नशा करतात की काय?”

त्रिशंकूने धैर्य गोळा करत विचारलं, “का? असं काय अघटित घडलं?”

इंद्र स्वत:शीच म्हणाले, ‘मला वाटलं होतं की कुणा सभ्य, सज्जन गृहस्थाला घर हवंय!’

त्रिशंकूने आता घराची आशा सोडली. त्यामुळे त्याच्यात शक्ती आली. ते कडाडत म्हणाले, “मी का राहू शकत नाही? मी काय माणूस नाही?”

इंद्रने पुन्हा एकदा काळजीपूर्वक त्यांच्याकडे पाहिले आणि म्हणाले, “जो केवळ माणूस आहे, तो इथे राहू शकत नाही.”

“म्हणजे?” त्रिशंकूने विचारले.

“म्हणजे तू इथे राहण्याच्या योग्यतेचा नाहीस. मी पाहता क्षणीच माणूस ओळखतो!” इंद्र म्हणाले.

त्रिशंकूतील शाळामास्तर जागा झाला. तो ही बाब नीटपणे समजावून घेऊ इच्छित होता. तो म्हणाला, “इथे राहण्यासाठी कोणती योग्यता असायला हवी?”

इंद्रजींनी नाराजीने त्यांच्याकडे पाहिलं आणि म्हणाले, “भिकारी इथे राहू शकत नाही. तुझ्यापाशी मोटर आहे? ट्रॅन्झिस्टर आहे? रेफ्रिजरेटर? सोफा सेट...”

त्रिशंकू इंद्रजींची संतप्त मूर्ती पाहत राहिले, इंद्र बोलतच होते. “मुलं पब्लिक स्कूलमध्ये शिकतात की गावातल्या शाळेत? कॅक्टसचे किती प्रकार माहीत आहेत? कोणत्या क्लबमध्ये जातोस?” उत्तरासाठी थोडा वेळ देऊन इंद्र पुढे म्हणाले, “मग तू इथे यायची हिंमत कशी केलीस?”

त्रिशंकू जरा आखडून म्हणाला, “मला विश्वामित्रांनी पाठवलंय. ते रेंट कंट्रोलर

आहेत. त्यांची ऑर्डर...''

इंद्र झटकन उठून उभे राहिले. एक बोट त्यांनी त्याच्या दिशेने नेऊन असं फिरवलं, जसं काही त्या बोटाने काळीज फाडून ठेवताहेत. ते ओरडले, ''मला विश्वामित्रांची भीती दाखवतोयस? असे वीसेक रेंट कंट्रोलर इथे आले असतील. सेक्रेटरीला सांगून उद्याच बदली करून टाकीन. विश्वामित्राचा बापसुद्धा तुला वसवू शकणार नाही. माझी घरं म्हणजे काय अनाथाश्रम समजलात की काय?''

विश्वामित्रांनाही शिव्या बसल्या, तेव्हा त्रिशंकूला तिथे थांबायचं काही कारण दिसलं नाही. त्यांनी हातगाडी परत फिरवली आणि ते सरळ विश्वामित्रांच्या बंगल्यावर पोहोचले. म्हणाले, ''साहेब, इंद्रांनी मला पळवून लावलं. म्हणाले, 'इथे रहायला तू लायक नाहीस.' त्यांनी आपल्यालासुद्धा शिव्या घातल्या.''

विश्वामित्रांच्या भुवया वाकड्या झाल्या. क्रोधाने डोळे लालीलाल झाले. म्हणाले, ''त्या इंद्राची ही हिंमत? उद्या पाहून घेईन त्याला! तू रात्र कुठे तरी काढ. मी उद्याच त्याचं घर तुला देववीन.''

त्रिशंकूने हात जोडून म्हटलं, ''साहेब, मी तिथे राहणार नाही. ते लोक मोठे जंगली आहेत. मी त्यांच्यात राहू इच्छित नाही.''

विश्वामित्रांनी आता त्याच्याकडे रागाने पाहिलं. ते म्हणाले, ''तुला तिथे राहायलाच हवं! आता हा तुझ्या घराचा प्रश्न नसून माझ्या प्रतिष्ठेचा प्रश्न बनलाय!''

त्रिशंकू म्हणाला, ''साहेब जाऊ दे ना! सोडून द्या. मी तिथे जाणार नाही. मी आपला माझ्या जुन्या घरातच राहीन.''

तो निघून जाण्यासाठी वळला. विश्वामित्र म्हणाले, ''पण आता तू तिथे कसा राहू शकशील? ते घर तर आज मी दुसऱ्यांना देऊन टाकलं!'' त्रिशंकूच्या डोळ्यांपुढे थोडा वेळ सगळं जग गोल गोल फिरत राहिलं.

ते रस्त्यावर आले आणि हातगाडी घेऊन धर्मशाळेकडे निघाले.

तेव्हापासून त्रिशंकू धर्मशाळेत पडून आहे.

(ऋषी विश्वामित्रांनी त्रिशंकूला आपल्या तपोबलाने सदेह स्वर्गात पाठवलं, पण देवांनी त्याला तिथून परत पाठवलं. इकडे विश्वामित्रांनी त्याला पृथ्वीवर येऊ दिलं नाही. तो आधांतरीच उलटा लटकलाय.)

मूळ कथा - त्रिशंकू बेचारा

❑

मनीषीजी

शहराच्या मध्यवस्तीत एक हॉटेल आहे. हॉटेलपेक्षा त्याला क्लब म्हणणंच अधिक योग्य होईल. बाहेरून अगदीच गचाळ दिसणाऱ्या हॉटेलमध्ये तीस-चाळीस जण नियमितपणे चहा पिण्यासाठी येतात. इथे असामान्य व्यक्तीही मी पाहिल्या आहेत. सरहद्दीजवळ राहणाऱ्या लोकांची गर्दी इथे होते. ज्यांच्या मुखातून निरंतर ज्ञान पाझरत असतं ते आणि ज्यांच्या मुखातून शिव्यांचाच अजस्र वर्षाव होत असतो ते, जे विडीलासुद्धा स्पर्श करत नाहीत असे आणि जे गांजाची चिलीम फुंकल्याशिवाय घराबाहेरही पडत नाहीत असे, जे अखंड संयमी आहेत असे, आणि जे वेश्येच्याच घरी पडून राहिलेले असतात असे, जे गायीपेक्षा गरीब आहेत ते आणि जे कोल्ह्यापेक्षाही धूर्त आहेत असे, सारेच तिथे सापडतील. पंडित, ज्ञानी, नेता, लेखक, कवी, दारुडे, जुगारी, वेश्यागमनी, गुंड - सगळेच इथे येतात आणि अंधाऱ्या खोलीतील भरभक्कम टेबलाच्या आसपास मोडक्या, तुटक्या खुर्च्या घेऊन बसून, उपनिषदाच्या व्याख्येपासून 'बर्थ कंट्रोल'पर्यंत विविध विषयांवर चर्चा करतात.

माझी असामान्यत्वाची साधना जेव्हा पूर्ण झाली तेव्हा मलाही एका मित्राने इथे आणले आणि माझा प्रथम 'मनीषीजी'शी परिचय करून देण्यात आला. प्रथमदर्शनी मला त्यांच्याबद्दल जे काही जाणवलं, ते तसेच होते. अजूनही तसेच आहेत आणि कदाचित नेहमी तसेच राहतील.

घोट्यापर्यंत खादीचे धोतर, कमरेपर्यंतचा खादीचा बंद अंगरखा, पायात फाटकी चप्पल - तीही अशी, की पायापेक्षा, इज्जतीचंच अधिक रक्षण करील. डोळ्यांवर चष्मा, काळ्या दोऱ्याने खिशाला लटकलेलं घड्याळ, डाव्या हातात काठी, खांद्यावर खादीधारी काँग्रेस भक्तिणीच्या साडीसारखी वेलबुट्टीची किनार असलेली शाल.

स्वस्थ, तगडं शरीर. रंग गोरापान. मोठं डोकं. त्यावर लांब कुरळे सुंदर केस. उन्नत मस्तक. प्रशस्त भालप्रदेश. टोकदार नाक. मोठे मोठे पाणीदार डोळे. ज्यात एका क्षणात तत्त्वज्ञासारखे भाव आणि दुसऱ्याच क्षणात मूढमतीची शून्यता. रुंद चेहरा. त्यावर डोंगरावरून खळाळणाऱ्या झऱ्यासारखं निर्मळ हसू आणि मोठेपणाची तशी सद्भावनेची झलक.

वय... अभिनेत्रीच्या वयासारखं धोकेबाज आणि स्थिर.

शरीर आणि वेश मिळून 'मनीष' या व्यक्तित्वाच्या रूपाच्या पुस्तकाचं हे रंगीत 'जॅकेट' आहे. त्याच्या आत, गुप्तहेर कथांप्रमाणे, एकामागोमाग एक रहस्यमय अध्याय भरले आहेत. ते वाचता वाचता मला दहा वर्षं झाली. तरीही, शेवटच्या अध्यायापर्यंत पोचतो आणि पाहतो, तर दिसतं, पुढे काही परिशिष्टं जोडलेली आहेत.

पदव्यांसहित त्यांचं पूर्ण नाव पंडित महादेव प्रसाद शास्त्री, साहित्य-मनीषी, भूतपूर्व संपादक- हिमाचल, आयुर्वेदाचार्य, ज्योतिषरत्न' आहे. 'शास्त्री', 'साहित्य - मनीषी', 'आयुर्वेदाचार्य' आणि 'ज्योतिषरत्न' पदव्या त्यांनी कोणत्याही परीक्षा न देता स्वत:हून आपल्याला प्रदान केल्या आहेत. ज्याप्रमाणे अरब शहाला भारतीय विश्वविद्यालयातून डॉक्टरेट मिळते, त्याप्रमाणे या सन्माननीय पदव्या आहेत. मनीषी कधी काळी 'हिमाचल' साप्ताहिकाचे संपादक, व्यवस्थापक, कंपोझिटर, मशीनमन, विक्रेते - सगळे एकाच वेळी होते. हे साप्ताहिक जेव्हा त्यांची लहर लागेल तेव्हा निघत असे. एकदा एका अन्य पत्रिकेत संपादकांनी त्यांचं नाव 'महादेव प्रसाद मनीषी'च्या जागी 'महादेव प्रसाद मवेशी' (मवेशी – पाळीव जनावर) छापलं. मनीषीजींना संयम कुठला? दुसऱ्याच अंकात, त्या संपादकाला आई-बहिणीवरून अश्लील शिव्या दिल्या आणि त्या छापल्या. मग काय? खटला झाला आणि ते लवकरच भूतपूर्व संपादक झाले.

ॲलोपॅथी आणि आयुर्वेद या दोन्ही क्षेत्रात ते सारखेच जाणकार आहेत. कोयनेल आणि काडे-चिराइतच्या सीमारेषा उल्लंघिण्याचा असभ्यपणा त्यांच्या ज्ञानाने कधी केला नाही. ते आपल्याला गरिबांचे वैद्य म्हणवतात. रोग्याच्या तपासणीसाठी दोन पैसे आणि औषधाच्या एका डोसासाठी एक पैसा, हा त्यांचा रेट. नेहमी उधार खात्यावरच ते पैसे जमा असतात.

त्यांच्या चिकित्सा-ज्ञानाबद्दल कुणी आक्षेप घेतला, तेव्हा त्यांनी समजावलं, 'हे बघ भाऊ, गरीब माणूस ॲलोपॅथीने बरा होत नाही की होमिओपॅथीने. त्याला हवी असते फक्त सहानुभूती. मी सहानुभूतीची सहस्त्रपुटी मात्रा देतो. रोगी बरा होतो.' आपल्या निदान-चिकित्सेच्या संदर्भात ते एकदा म्हणाले होते, 'शंभरात पन्नास रोगी आपोआप बरे होतात. दहा डॉक्टरांच्या औषधाने बरे होतात. जे चाळीस मरतात. त्यापैकी पंधरा तर जीवनशक्ती समाप्त झाल्याने मरतात आणि पंचवीस जणांना डॉक्टरांचे औषध मारून टाकते. या पंचवीस लोकांना मी वाचवतो. कारण माझ्या पुड्या चांगलाही परिणाम घडवत नाहीत आणि वाईटही. पंधराजण तर धन्वंतरीच्या इलाजानेही मरणारच. उरलेल्यांना मी माझ्या सहानुभूतीच्या डोसाने वाचवतो. अशा तऱ्हेने माझ्या इलाजामुळे पंच्याऐंशी टक्के रोगी चांगले होतात.

मनीषी या हॉटेलच्या वरच्या भागात कधीपासून राहताहेत कुणास ठाऊक? आणि बहुधा ही इमारत पडेपर्यंत ते इथेच राहतील. त्यांचा धंदा काहीच नाही. अन्नपाणी मिळण्याची काय सोय, कुणालाच माहीत नाही. कपडे कुठून मिळतात आणि ते नेहमी इतके शुभ्र कसे असतात. हेपण एक रहस्यच आहे; परंतु या व्यक्तीच्या मुखावर मी चिंतेची रेषा कधी पाहिली नाही. कधी काळजीची सावली पाहिली नाही. कधी दु:खाची मलीनता पाहिली नाही. ज्याच्या भोजनाचा ठावठिकाणा नाही, जो दोन दोन दिवस उपाशी असतो, एक फाटकं तरट ज्याची शय्या आहे, अनेक वर्षांपासून ज्याच्या विटेच्या चुलीवर माती चढली नाही, एक मातीचा घडा, एक टीनचा ग्लास, एक तवा, एक पातेली एवढीच सगळी ज्याची संपत्ती आहे, शरीरावर घातलेल्या कापड्यांशिवाय, एक पंचा आणि एक फाटकं कांबळं एवढंच ज्याच्याजवळ आहे, तो चिरयौवनाने मुसमुसणारा कसा? वार्धक्य याला का घाबरतं? कोणत्या भयाने केस शुभ्र न होता, तसेच काळे राहतात? सुरकुत्या त्याच्या चेहऱ्याला स्पर्श का करत नाहीत? चिंतांचे दैत्य त्याच्यापासून दूर का राहतात? दु:ख त्याच्याजवळ का फिरकत नाही? कोणत्या स्रोतापासून हा जीवनरस शोषून घेतो, की ज्यामुळे तो सदा-हरित राहिला आहे? कोणत्या अमृत घटातून याने घोट घेतला आहे, की संसाराचं जहर याच्यावर चढतच नाही.

एक दिवस मी हॉटेलमध्ये बसलो होतो. वरून बासरीचा आवाज आला. मी हॉटेल-मालकाला विचारलं, ''बासरी कोण वाजवतंय?'' ते म्हणाले, ''तोच असणार, मनीषी. जेवण मिळालं नसेल, म्हणून बासरी वाजवतोय.'' त्यांनी त्याला हाक मारली, आणि विचारलं, ''अरे, जेवण झालं की नाही?'' भुकेजलेल्या मनीषींच्या चेहऱ्यावर असं काही हसू उमललं, की भरपेट जेवलेल्यांच्या मुखावरही तसं हसू दुर्लभ. तो म्हणाला, ''जेवलो होतो, पण परवा!'' हॉटेल-मालकाने त्याला काही पैसे देऊन म्हटलं, ''जा, काही तरी खाऊन घे आणि हे गाणं-बजावणं बंद कर.'' नंतर मला कळलं, की मनीषी बासरी वाजवत असेल, तर त्याचा अर्थ आहे, तो भुकेला आहे. भरल्या पोटी तो कधी बासरी वाजवत नाही. एक दोन दिवसांचा भुकेजलेला असेल, तेव्हा तो तरटावर पडल्या पडल्या बासरी वाजवतो. उद्याची चिंता नाही, असा मनुष्य दुर्मिळ, पण मनीषीला आजचीही चिंता नाही. काल कुठून तरी भाकरी मिळाली, तशी आजही कुठून तरी मिळेल. आज नाही मिळाली, तर झक मारत उद्या मिळेल, असा त्याला विश्वास आहे.

त्याच्या खोलीत एक घडा आहे. त्यात कधी कधी ज्वारी, बाजारी, गहू-कशाचंही, किंवा सगळ्यांचं मिळून पीठ ठेवलेलं असतं. एका छोट्या पातेलीत, मीठ मिरची असते. जेव्हा कुठूनही खायला मिळत नाही आणि घड्यात पीठ असेल तर मनीषी एक-दोन रोट्या शेकून मीठ मिरचीबरोबर खातो. जर पीठ नसेल, तर

पडल्या पडल्या बासरी वाजवतो. अशा प्रकारे तो भुकेलाच संगीत बनवून आसपास विखरून देतो. कुणी ऐकतं आणि त्याला जेवायला देतं.

स्वत:च्या खाण्याची निश्चिती नाही; पण औदार्यात कर्ण आहे. मोठे शरणागत वत्सल आहेत. कुणीही अडचणीत सापडलेला आला, तर मनीषीच्या गजभर तरटावर आणि मक्याच्या दोन रोट्यांवर त्याला अधिकार आहे. जोपर्यंत घड्यात पीठ आहे, तोपर्यंत रोटी खिलवेल आणि स्वत:ही खाईल. जेव्हा पीठ संपलेलं असेल, तेव्हा मनीषी बासरी वाजवेल आणि अतिथी कुढत ऐकेल. ज्याला कुठेच जागा मिळत नाही, त्याला मनीषीच्या जवळ जरूर आश्रय मिळेल. ज्याला सगळ्यांनी तिरस्कृत केलेलं असेल, तो जर मनीषींच्याकडे पोचला, तर मनीषी त्याला आपला भाऊ बनवतील. किती लोकांना त्याचा आश्रय मिळालाय. घरातून बाहेर पडलेली मुले, बेकार माणसं, तिरस्कृत स्त्रिया, सगळे त्याच्या औदार्याच्या सावलीत येऊन बसतात. काही काही कृतघ्न ज्या वृक्षाच्या छायेत बसतात. त्यालाच एक-दोन कुऱ्हाडी मारून जातात किंवा काही फांद्या ओरबाडतात. असं ऐकलंय की हे आश्रयहीन लोक जाता जाता त्याचं फाटकं कांबळं किंवा लोटा घेऊन पळाले आहेत.

एकदा अनाथाश्रमातून पळालेल्या तीन-चार तिरस्कृत आणि लांछित मुली मनीषींच्या आश्रमात आल्या. मनीषींनी त्यांना 'धर्मकन्या' मानलं. दोन-चार दिवसांत त्यांच्याकडे 'धर्मपुत्र'ही येऊ लागले आणि जेव्हा त्या 'धर्मपुत्रां'नी त्यांच्या 'धर्मकन्यांना' 'धर्मपत्नी' बनवण्याचा उपक्रम केला, तेव्हा त्या भागात मोठाच गोंधळ माजला. त्या मुली आपल्या 'धर्मपित्या'ला सोडून पळाल्या. आताही मनीषी मोठ्या दु:खाने आपल्या धर्मकन्यांची आठवण काढतात. म्हणतात, 'कुणास ठाऊक माझ्या मुली कुठे आहेत? कशा परिस्थितीत आहेत?'

त्यांनी कष्ट करण्याचा प्रयत्न केला नाही, असं मुळीच नाही. 'हिमालया'च्या संपादनाशिवाय त्यांनी अनेक गोष्टी केल्या नि सोडल्या. रिकाम्या वेळात आपले हे अनुभव मनीषी मोठ्या रोचक ढंगात ऐकवतात. एक पेलाभर चहात एकच अनुभव ऐकवतात. एकदा म्हणाले, "स्टंट पिक्चरमध्ये मला काम मिळालं होतं. पुण्यात शूटिंग चालू होतं. माझ्याकडे काम होतं की मी पुलावर नाल्याच्या कडेला उभं राहायचं आणि जेव्हा 'हिरो' घोड्यावर येईल, तेव्हा तलवारीने असा वार करायचा की तलवार त्याला लागताना तर दिसेल, पण लागणार नाही. मी तयार झालो. 'हिरो' आला. त्या हरामखोराने चाबूक फिरवून माझ्या कानफटीवर हाणला. मला राग आला. मी बोथट तलवारीचा असा वार केला की बेटा नाल्यात जाऊन पडला. हाताचं हाड मोडलं, पण माझी नोकरी गेली."

फिल्म कंपनीतील अनुभवाबद्दल बोलता बोलता ते पुढे म्हणाले, "आणखी

एका फिल्ममध्ये काम मिळालं होतं. मी बनलो होतो 'हीरोचा' नोकर. चार-सहा दिवसानंतर एकदा एकांतात 'हिरॉइन' म्हणाली, 'मिस्टर मनीषी आय् लव्ह यू' मी म्हटलं, 'लेडी देन आय् शॅल लीव्ह धिस प्लेस ॲट वन्स!' बस! मी पळून आलो.''

आम्ही विचारलं, ''ती तुमच्यावर मोहित झाली होती ना? मग तुम्ही पळून का आलात?''

मनीषी मोठ्या जाणकारीने म्हणाले, ''अरे, प्रेम करणारी स्त्री मोठी धोकेबाज असते. कधी कुणावर प्रेम करेल, आणि कधी कुणाला पिटवेल, सांगता येणार नाही. त्या अभिनेत्रीवर तर दिग्दर्शक स्वत:च प्रेम करत होता. त्याला कळलं असतं तर मला मारून कुठे तरी फेकून दिलं असतं. मनीषीचा जीव कुणा अभिनेत्रीवरून ओवाळून टाकण्यासाठी नाही.''

मग मनीषींनी राजनीतीचा व्यवसाय केला. नेता होणं मोठा चांगला धंदा आहे. पण ते कुठल्याच पक्षाच्या बाबतीत भेदभाव करत नव्हते. ते एकाच वेळी काँग्रेस, समाजवादी, साम्यवादी, जनसंघ, रामराज्य परिषद इ. सगळ्यांत होते. प्रत्येकाच्या व्यासपीठावरून भाषणे देत होते. तासन्‌तास बोलायचे पण लोक कंटाळायचे नाहीत कारण ते काहीच बोलत नसत. एकदा ते एका सभेत बोलायला उभे राहिले आणि मोठ्या जोशात बोलले, ''काँग्रसी चोर आहेत. समाजवादी उचक्के आहेत. साम्यवादी लुच्चे आहेत. इ. इ.'' अर्धा तास सगळ्या पक्षाच्या लोकांना त्यांनी शिव्या दिल्या. श्रोत्यांनी गोंधळ केला. 'आपले शब्द परत घ्या.' मनीषी हसत हसत म्हणाले, ''तुम्ही शब्द परत घ्यायला सांगताय. मी आपलं सगळं भाषणच परत घेतो आणि पुन्हा नवीन भाषण सुरू करतो. ऐका, बंधू आणि भगिनींनो...'' मग अर्धा तास भाषण देत राहिले.

एक दिवस त्यांच्या निवासस्थानासमोरच्या सभास्थानी रामराज्य परिषदेची सभा होत होती. मनीषी तिथे न बोलावताच गेले आणि एखाद्या सिंहाप्रमाणे मंचावर चढले. मंचावर बसलेले पुढारी म्हणाले, ''आपण कोण आहात? काय करू इच्छिता?''

मनीषी म्हणाले, ''मी नेता आहे. भाषण देण्यासाठी आलोय.''

''आपण कोणत्या पक्षाचे नेते आहात?''

''मी सगळ्या पक्षांचा नेता आहे.''

मंचावरच्या पुढाऱ्यांनी त्यांना भाषण देऊ दिलं नाही; पण जनता मनीषींना पाहून हर्षध्वनी करू लागली. लोक ओरडू लागले. 'मनीषींना बोलू द्या.'

मनीषीजी लाऊडस्पीकर घेऊन उभे राहिले आणि धुवांधार भाषणाला सुरुवात केली. आसपासचे लोक जवळ आले. सभागृह खचाखच भरलं. भाषण म्हणजे काय? अनर्गल प्रलाप आणि शिव्या-शाप. पण मनीषींकडून हेच ऐकायची इच्छा धरून लोक आले होते. मधूनमधून टाळ्या आणि हर्षध्वनी होऊ लागला. पूर्ण

तासभर मनीषी बोलत राहिले आणि ते पुढारी पळून गेले. मनीषी मंचावरून उतरले आणि एखाद्या विजयी योद्ध्याप्रमाणे झुलत-झुलत, आसपास बघत बघत येऊन आपला जिना चढू लागले. खाली जनसमूह एकत्र आला आणि ओरडू लागला, 'मनीषीजी की जय! मनीषीजी दर्शन द्या!' भक्तांच्या विनंतीला मान देऊन मनीषी खिडकीत आले आणि त्यांनी हात जोडून हसतमुखाने दर्शन दिलं.

दोन-चार भक्त वर चढले आणि त्यांना खाली उतरून आणलं. एका मिरवणुकीने त्यांना हॉटेलात नेलं. चहा पाजला आणि सहा पैशांची थैली भेट दिली.

नंतर मनीषींनी राजकारणाचा धंदा सोडला.

सगळी कामं करून बघितली, पण काहीच जमेना, तेव्हा मनीषींनी विचार केला की काहीही काम न करणंच चांगलं.

त्यांची उमेद मात्र दांडगी आहे. मला कधी कधी गंभीरपणे म्हणत, "मी लवकरच 'आंतरराष्ट्रीय पत्रकार संघ' सुरू करणार आहे." एक फिल्म कंपनीही सुरू करण्याची त्यांची योजना बनते आहे. त्यात मला त्यांनी खलनायकाचं काम देण्याचं कबूल केलंय.

खाली ते माझ्याशी फिल्म कंपनीबाबत चर्चा करत होते. वर गेल्यावर बासरी वाजवायला लागले. भुकेले होते.

थोड्या वेळाने खाली उतरले. तर चेहऱ्यावर तीच मस्ती, तेच हसू. मी विचार करतो हे हसणं काय विक्षिप्ताचं हसणं आहे? का हे निरपेक्ष जीवनाचं हास्य आहे? की हे चरम विफलतेचं हसू आहे? माणूस एकदा विचार करतो, की आता आपल्या हातून काहीही होऊ शकणार नाही, या उदासीन वृत्तीचं ते हसू आहे का? की आमच्या जमण्या न जमण्याला काही अर्थ नाही? की वेदनेला काळजाच्या भट्टीत घालून, वितळवून हसण्याच्या रूपात त्यांनी ते प्रवाहित केलंय?

मूळ रचना - मनीषी जी

❑

टॉर्चविक्या

तो प्रथम काही दिवस चौकात विजेचे टॉर्च विकायचा. मध्यंतरी काही दिवस तो दिसला नाही. काल पुन्हा दिसला. यावेळी त्याने दाढी वाढवली होती आणि लांब कुडता घातला होता.

मी विचारलं, "कुठे होतास इतके दिवस? आणि अशी दाढी का वाढवली आहेस?"

त्याने उत्तर दिलं, "बाहेर गेलो होतो."

दाढीच्या प्रश्नाबद्दलच्या उत्तरादाखल त्याने दाढीवरून हात फिरवला.

मी विचारलं, "आज तू टॉर्च विकत नाहीस?"

तो म्हणाला, "ते काम बंद केलं! आता आत्म्याच्या आत टॉर्च उजळलाय. हे 'सूर्यछाप' टॉर्च आता व्यर्थ वाटू लागलेत!"

मी म्हटलं, "तू बहुधा संन्यास घेणार असशील! ज्यांच्या आत्म्यात प्रकाश पसरतो, ते याच प्रकारच्या हरामखोरीवर उतरतात! कुणाकडून दिक्षा घेतलीस?"

माझ्या बोलण्याने त्याला दुःख झालं. तो म्हणाला, "असे कठोर शब्द बोलू नका. आत्मा सगळ्यांचा एकच आहे. माझ्या आत्म्याला जखमी करून आपण आपल्या आत्म्याला घायाळ करत आहात."

मी म्हटलं, "ते सगळं ठीक आहे. पण मला सांग, तुला एकाएकी असं का झालं? बायको सोडून गेली? की उधारी बंद झाली? का सावकाराने त्रास द्यायला सुरुवात केली? की चोरीच्या मामल्यात कुठे फसलायस? अखेर बाहेरचा टॉर्च आत आत्म्यात कुठे घुसला?"

तो म्हणाला, "आपले सगळे अंदाज चुकीचे आहेत. असं काही घडलं नाही. एक घटना अशी घडलीय, की सगळं जीवनच बदललंय. ही गोष्ट मी गुप्त ठेवू इच्छितो; पण आज मी इथून दूर चाललोय, म्हणून सगळाच किस्सा आपल्याला सांगतो."

त्याने आपली हकिकत सांगायला सुरुवात केली -

"पाच वर्षांपूर्वीची गोष्ट. मी माझ्या एका मित्राबरोबर हाताश होऊन एका जागी बसलो होतो. आमच्यापुढे आभाळाएवढा मोठा प्रश्न होता. तो प्रश्न होता, 'पैसा

कसा मिळवायचा?' आम्ही दोघांनी त्या प्रश्नाची एक एक तंगडी पकडली आणि त्याला हटवायला सुरुवात केली. आम्हाला घाम फुटला. पण, प्रश्न होता तिथेच. तसाच ढिम्म. मित्र म्हणाला, 'दोस्ता, या प्रश्नाचे पाय जमिनीत खोलवर गाडले गेलेत. उखडणार नाहीत. आपण त्याला टाळूयात.'

आम्ही दुसऱ्या बाजूला तोंड फिरवलं; पण प्रश्न आमच्यासमोर येऊन उभा राहिला. मग मी म्हटलं, 'दोस्ता, हा प्रश्न टळणार नाहीच! तो सोडवूच यात. पैसा निर्माण करण्यासाठी काही कामधंदा करू या. आपण याच क्षणी आपलं आपलं नशीब आजमावण्यासाठी वेगवेगळ्या दिशांना जाऊ या. पाच वर्षांनी बरोबर याच वेळी, याच ठिकाणी पुन्हा भेटू या.'

मित्र म्हणाला, 'दोस्ता, एकत्रच का नको?'

मी म्हटलं, 'नाही, नशीब आजमावणाऱ्या जितक्या म्हणून जुन्या कथा मी वाचल्या आहेत, त्या साऱ्यात ते वेगवेगळ्या दिशांनाच गेलेले आहेत. एकत्र जाण्याने नशिबांची टक्कर होऊन ते फुटण्याची भीती असते.'

मग साहेब, आम्ही दोघेही तिथून वेगवेगळे निघून गेलो. मी टॉर्च विकण्याचा धंदा चालू केला. चौकात किंवा मैदानात मी लोकांना एकत्र करायचो आणि मोठ्या नाटकी ढंगात म्हणायचो, 'आजकाल जगात सर्वत्र अंधार पसरलाय. रात्री अधीकच काळोख्या होऊ लागल्या आहेत. आपलाच हात दिसत नाही. माणसाला रस्ता दिसत नाही. तो भटकतो. त्याचे पाय काट्यांनी विंधून जातात. तो पडतो. त्याचे गुडघे रक्तबंबाळ होतात. त्याच्या आसपास भयानक काळोख असतो. वाघ आणि चित्ते सगळीकडे फिरत असतात. साप जमिनीवर सरपटत असतात. अंधार सगळ्यांना गिळून टाकतो. माणूस रात्री लघवीला म्हणून उठतो आणि सापावर त्याचा पाय पडतो. साप त्याला चावतो आणि तो मरतो.

आपण पाहिलंतच की साहेब लोक माझं बोलणं ऐकून किती घाबरत ते! भर दुपारी ते अंधाराच्या भयाने कापू लागायचे. माणसाला घाबरवणं किती सोपं आहे नाही?

लोक घाबरायचे, तेव्हा मी म्हणायचो, 'बंधूंनो हे खरं आहे की अंधार आहे, पण प्रकाशसुद्धा आहे. तो प्रकाशच तुम्हाला द्यायला मी आलो आहे. आमच्या 'सूर्यछाप' टॉर्चमध्ये प्रकाश आहे. तो अंधाराला दूर पळवून लावतो. ज्यांना हा टॉर्च हवाय, त्यांनी हात वर करा.'

साहेब, माझे टॉर्च विकले जायचे आणि माझी मजेत उपजीविका चालायची.

पाच वर्षांनी आम्ही ठरवल्याप्रमाणे मी बरोबर त्याच जागी पोहोचलो. माझा मित्रही तिथे येणार होता. तिथे दिवसभर मी त्याची वाट पाहिली; पण तो आला नाही. काय झालं असेल? मला विसरला की काय? की आता तो या नाशिवंत जगातच नसेल?

मी त्याला शोधायला निघालो.

एका संध्याकाळी मी एका शहरातल्या रस्त्यावरून जात होतो. मला असं दिसलं, की जवळच्या मैदानात खूप रोषणाई केलीय. एका बाजूला एक मंच सजवलाय. लाउडस्पीकर लागलेत. मैदानात हजारो स्त्री-पुरुष श्रद्धायुक्त अंत:करणाने झुकून बसले आहेत. मंचावर सुंदर रेशमी वस्त्र ल्यालेले एक भव्य पुरुष बसले आहेत. ते चांगले पुष्ट आहेत. नीट निगा राखलेली त्यांची लांब दाढी आहे. पाठीवर मोकळे केस लहरताहेत.

मी गर्दीमध्ये एका कोपऱ्यात जाऊन बसलो.

ते भव्य पुरुष फिल्ममधले संत वाटत होते. त्यांनी गंभीर आवाजात प्रवचन द्यायला सुरुवात केली. ते अशा तऱ्हेने बोलत होते की जणू काही आकाशातल्या कुठल्या तरी कोपऱ्यातून कसला तरी रहस्यमय संदेश त्यांच्या कानात ऐकू येतोय आणि ते त्याला शब्द देताहेत.

ते सांगत होते, 'मी माणसाला एका गडद अंधारात पाहतोय. त्याच्या आत काही तरी विझून गेलंय. हे युगच अंधकारमय आहे. हा सर्वग्राही अंधार संपूर्ण विश्वाला आपल्या उदरात सामावून बसलाय. आज माणूस या अंधाराला घाबरून गेलाय. तो पथभ्रष्ट झालाय. आज आत्म्यामध्येही अंधकार आहे. अंतरंगाचे नेत्र ज्योतिहीन झालेत. ते तो अंधार भेदू शकत नाहीत. मानवाचा आत्मा अंधारात गुदमरतोय. मी पाहतोय, मनुष्याचा आत्मा भय आणि पीडेने त्रस्त झाला आहे.'

अशा तऱ्हेने ते बोलत गेले आणि लोक ऐकत गेले.

मला तर हसूच आलं. एक दोन वेळा ते दाबायचा खूप प्रयत्न करूनही हसू फुटलंच. आसपासचे श्रोते मला रागावले.

भव्य पुरुष आपल्या प्रवचनाच्या शेवटाकडे पोचता पोचता म्हणाले, "माझ्या बंधु-भगिनींनो घाबरू नका. जिथे अंधार आहे तिथे प्रकाशही आहेच! जसा प्रकाशात अंधकाराचा किंचित काळिमा असतो, तसा अंधारात प्रकाशाचा किरणही असतो. प्रकाश बाहेर नसतो. त्याला आपल्या अंत:करणात शोधा! अंतरंगात विझलेल्या त्या ज्योतीला जागवा! मी तुम्हा सर्वांना त्या ज्योतीला जागवण्यासाठी आवाहन करतो! आमच्या 'साधनामंदिरा'त येऊन त्या ज्योतीला आपल्या अंतरंगात उजळा.

साहेब, आता तर मी खळखळून हसलो. जवळच्या लोकांनी मला धक्का मारून पळवून लावलं. मी मंचाजवळ जाऊन उभा राहिलो.

भव्य पुरुष मंचावरून उतरून कारमध्ये चढत होते. मी आता त्यांना जवळून नीट पाहिलं. त्यांची दाढी वाढलेली होती, म्हणून मी थोडा गोंधळलो; पण माझी काही दाढी नव्हती. मी तर त्याच मूळ स्वरूपात होतो. त्यांनी मला ओळखलं. म्हणाले, "अरे तू!" मी ओळखून बोलणारच होतो, एवढ्यात त्यांनी माझा हात

पकडला आणि मला मोटारीत बसवलं. मी पुन्हा काही बोलण्याचा प्रयत्न केला, तेव्हा ते म्हणाले, ''बंगल्यापर्यंत काही बोलायचं नाही. तिथेच ज्ञानचर्चा होईल.''

माझ्या लक्षात आलं, तिथे ड्रायव्हर होता.

बंगल्यावर पोहोचताच मी त्याचा थाट-माट बघितला. ते वैभव पाहून मी थोडा गोंधळलो, पण लगेचच मी माझ्या दोस्ताबरोबर मोकळेपणाने बोलायला सुरुवात केली.

मी म्हटलं, ''दोस्ता तू तर अगदी बदलून गेलास!''

तो गंभीरपणे म्हणाला, ''परिवर्तन जीवनाचा अनंत क्रम आहे.''

मी म्हटलं, ''लेका, तत्त्वज्ञान सांगू नकोस. हे सांग की या पाच वर्षांत तू एवढी दौलत कशी कमावलीस?''

त्याने विचारले, ''तू एवढ्या वर्षात काय केलंस?''

मी म्हटलं, ''मी फिरून फिरून टॉर्च विकले. खरं सांग, तूही टॉर्चचाच व्यापारी आहेस ना?''

तो म्हणाला, ''तुला असं वाटतं? का वाटतं?''

मी त्याला म्हटलं, ''ज्या गोष्टी मी सांगतो, त्याच गोष्टी तूही बोललास.

मी सरळपणे ज्या गोष्टी बोलतो, त्याच गोष्टी तू रहस्यमय ढंगात सांगतोस. अंधाराची भीती लोकांना दाखवून मी टार्च विकतो. तूसुद्धा आत्ता लोकांना अंधाराची भीतीच दाखवत होतास. नक्की तू टॉर्चच विकत असणार!''

तो म्हणाला, ''तू मला ओळखत नाहीस. मी टॉर्च कशाला विकू? मी साधू, संत, दार्शनिक म्हणून ओळखला जातो.''

मी म्हटलं, ''तू कोणत्याही नावाने ओळखला जावोस! पण विकतोस मात्र तू टॉर्चच! तुझं आणि माझं प्रवचन एकसारखंच आहे. कुणी साधू बनो, संत बनो, किंवा दार्शनिक; जर तो लोकांना अंधाराची भीती दाखवत असेल, तर जरूर तो आपल्या कपंनीचा टॉर्च विकण्याची इच्छा मनात बाळगून असणार! तुमच्यासारख्या लोकांसाठी नेहमीच अंधकार भरून राहिलेला असतो. सांग बरं, तुझ्यासारख्या कुणी माणसाने, हजारात तरी कुणा एखाद्याने, जगात प्रकाश पसरल्याचं सांगितलंय? कधीच सांगितलं नाही. का? यासाठी की त्यांना आपल्या कंपनीचा टॉर्च विकायचाय. मी स्वत: भर दुपारी सांगतो. अंधार पडलाय! सांग बघू कुठल्या कंपनीचा टॉर्च विकतोस?''

माझ्या बोलण्याने तो ठिकाणावर आला तो सहजपणे म्हणाला, ''तुझं बोलणं बरोबर आहे. माझी कंपनी नवी नाही. सनातन आहे.''

मी विचारलं, ''कुठे आहे तुझं दुकान? नमुन्यासाठी एखादा टॉर्च तरी दाखव. 'सूर्यछाप' टॉर्चपेक्षा खूपच जास्त विक्री दिसतेय याची!''

तो म्हणला, “त्या टॉर्चचं कुठलंही दुकान बाजारात नाही. तो अगदी सूक्ष्म आहे. पण त्याची किंमत पुष्कळ मिळते. तू एक-दोन दिवस इथे रहा. तुला सगळं समजावून सांगतो.”

तेव्हा साहेब, मी दोन दिवस त्याच्याकडे राहिलो. तिसऱ्या दिवशी 'सूर्यछाप' टॉर्चची पेटी नदीत फेकून नवीन काम सुरू केलं.”

तो आपल्या दाढीवरून हात फिरवू लागला. मग म्हणाला, “बस फक्त एक महिना....”

मी विचारलं, “मग आता कोणता धंदा करणार?”

तो म्हणाला, “धंदा तोच... म्हणजे टॉर्च विकण्याचा. बस! कंपनी बदलतोय.”

मूळ रचना - टॉर्च बेचनेवाले

❑

महत्त्वाकांक्षी साहेब

देशाच्या दुर्दशेवर भाषण देण्यासाठी आम्हा चार जणांना त्या क्लबमध्ये बोलावलं होतं.

विषय होता, 'देशाची सध्याची अवस्था.' सध्याची अवस्था याचा अर्थ नेहमीच 'दुरवस्था' असा होतो; हे सगळ्याच वक्त्यांना आणि श्रोत्यांना माहीत असतं.

आम्ही तिथे पोचलो, त्यानंतर दहा मिनिटे परस्परांशी हस्तांदोलन करत राहिलो आणि म्हणत राहिलो, 'ग्लॅड टू मीट यू'.... 'द प्लेअर इज माइन!'

देशाची दुर्दशा ऐकण्यासाठी लोक किती चांगले कपडे घालून आले होते.

माझा एक मित्रही क्लबचा सदस्य आहे. त्याने खास अदबीनं म्हटलं, "ग्लॅड टू मीट यू! इट्स अ प्लेझर अँड प्रिव्हिलेज!"

मी त्याला थोडं बाजूला घेऊन विचारलं, "तुला झालंय काय? बाहेर काही तू या पद्धतीने वागत नाहीस."

तो म्हणाला, "रामलीलेतील रावण काय बाहेरही सीताहरण करतो?"

त्यांच्यापैकी एकाने माझं लक्ष विशेष आकर्षून घेतलं. त्याच्या नशिबात कथेचं पात्र होण्याचं लिहिलेलं होतं. त्या साऱ्यामध्ये सगळ्यात जास्त चांगले कपडे त्याचे होते. हसण्याचा अभ्यास त्याने इतरांपेक्षा जास्त केला होता. हसणं खरं वाटण्याचा धोका होऊ शकतो. तो आपल्या अर्धवट कापलेल्या मिशांच्या कडेतील एक केस पकडून खेचायचा सतत प्रयत्न करत होता. असा त्रासला होता, की जणू काही तो केस ओठ फाडून जबड्यात घुसतोय.

आम्ही सगळ्यांनी जोरदारपणे देशाच्या दुर्दशेचं वर्णन केलं. जेव्हा जेव्हा दुर्दशा जास्त मार्मिक व्हायची, तेव्हा तेव्हा लोक टाळ्या वाजवायचे. त्यांचा कार्यक्रम यशस्वी होऊ लागलेला होता. देशाची दुर्दशा जरा कमी झाली असती, तर कार्यक्रम इतका यशस्वी झाला नसता. मी विचार केला, माझ्या देशा तू किती महान आहेस! काही लोकांच्या कार्यक्रमाच्या यशस्वितेसाठी तू आपली केवढी दुर्दशा करवून घेतोयस!

ते सगळे खूष होते, पण त्यांच्या खूष होण्याची शैली वेगवेगळी होती. ते

सामान्य माणसाप्रमाणे खूष नव्हते. जास्त खूष होणं गावंढळपणाचं आहे आणि अजिबात खूष न होणं, अशिष्टपणाचं आहे. ते तोलून मापून खुषी दाखवत होते. आमच्यासाठी खुषीच्या हसण्यात दोन दात दाखवणं पुरेसं होतं. अडीचसुद्धा होऊ शकेल. मुख्यमंत्री आले तर चारही दात दाखवण्याइतकी खुषी होऊ शकेल. त्यांच्यापैकी प्रत्येकजण दोन अडीच दातांची खुषी घेऊन हात हातात घेत म्हणत होता - 'इट वॉज् वंडरफुल! मोस्ट इंटरेस्टिंग!'

तो माणूस केस खेचत पुढे आला आणि आम्हा चौघांशीही हात मिळवत म्हणाला, ''मोस्ट इंटरेस्टिंग! शॉर्ट अँड स्वीट!''

त्यांनी आपआपसातही एकमेकांना सांगितलं, की कार्यक्रम चांगला झाला.

जेवतानादेखील देशाबद्दलच बोलणं होत होतं. ते लोक अत्यंत भावूक झाले होते. म्हणत होते, ''रिअली कंट्री इज गोइंग टु डॉग्ज'' दुसरा म्हणाला, 'आय से वुई आर द मोस्ट फॉलन पीपल.' तिसरा म्हणाला, 'रिअली, द होल कंट्री इज स्टार्व्हिंग.'

मला प्रथमच कळलं, तळलेल्या माशाबरोबर आणि सॅलडबरोबर देशाची दुर्दशा किती चांगली लागते.

निरोप देताना ते पुन्हा म्हणाले, 'इट वॉज वंडरफुल! मोस्ट इंटरेस्टिंग!'

तो माणूस अद्यापही केसात गुंतलेला होता. जणू गेली वीस-पंचवीस वर्षं तो केस उपटण्याचाच प्रयत्न करत होता. एवढ्या मेहनतीने तर एखादा कालवासुद्धा खोदू शकला असता. त्याने आम्हा लोकांना सांगितले, 'मोस्ट इंटरेस्टिंग! शॉर्ट अँड स्वीट.'

पुढे जर आम्ही तिथे एखाद्या शोक सभेला गेलो नि मार्मिक भाषण दिलं. तर ते लोक म्हणतील. मोस्ट इंटरेस्टिंग! शॉर्ट अँड स्वीट!

जवळ जवळ महिन्यानंतर तो मला पुन्हा कॉफी हाऊसमध्ये भेटला. केस ओढून काढण्यात अद्याप यशस्वी झाला नव्हता. प्रयत्न चालू होता.

तो मोठ्या उत्साहाने भेटला म्हणाला, ''परवा रेडिओवर आपली कविता ऐकली. खूप चांगली होती.''

मी म्हटलं, ''ती कथा होती.''

तो म्हणाला, ''कथा होती? मग तर खूपच छान होती. शॉर्ट अँड स्वीट!''

इकडच्या तिकडच्या काही गोष्टी झाल्यानंतर, जेव्हा त्याच्याकडचा विषयांचा स्टॉक संपला. तेव्हा तो म्हणाला, ''आणखी काय विशेष?''

मीपण स्टॉक संपल्याची घोषणा केली. ''सगळं ठीक! आपणच सांगा.''

तो म्हणाला, ''काय सांगायचं साहेब, देशाची स्थिती सध्या मोठी नाजूक आहे.''

देशाच्या बाबतीत त्याने मला चित केलं. मी समजत होतो, सगळं ठाक-ठीक

आहे, पण त्याला देशाच्या नाजूक परिस्थितीची जाणीव होती.

मी घाबरलोसुद्धा! देशाच्या परिस्थितीच्या अनुषंगाने जो बोलायला सुरुवात करतो तो भयंकर चिकटू असतो. जगाच्या स्थितीबद्दल बोलणारा तर आणखी भयावह असतो. दोन वर्षांपूर्वी व्हिएतनामवर बोलणारा एक माणूस मला भेटला. आता तो स्वत:शिवाय आणखी कुणाहीबद्दल बोलत नाही.

मी निश्चय केला. एक तर याच्यापासून स्वत:ला दूर ठेवेन दुसरं, याला गंभीर होऊ देणार नाही. याचं बोलणं थट्टेवारी नेईन.

तो न जाणे एकाएकी सामाजिक का झाला? नेहमी भेटायचा आणि तेच तेच बोलायचा. 'देशाची स्थिती मोठी नाजुक आहे.'

असं अनेक वेळा झालं. तेव्हा मी नकाशा पसरून त्याचा देश शोधण्याचा प्रयत्न केला. कुठे सापडला नाही. माझा भूगोलाचा अभ्यास फुकट गेला. अखेर त्याचा देश आहे तरी कुठे? कोणत्या देशाची चिंता करतोय? घर आणि क्लब मिळूनच ज्याचं जग बनतं, त्याचा देश म्हणजे बाथरूम आहे की बार? जर त्याचा देश तोच असेल जो आमचा आहे, तर त्यावर नवीन संकट कोणतं आलंय? बाजारात स्कॉच, व्हिस्की मिळेनाशी झाली, की त्याचा स्वैपाकी रजेवर गेलाय?

तो प्रथम एका सरकारी प्रतिष्ठानचा मॅनेजर होता. दोन-तीन वर्षांपूर्वी त्याला 'कम्पलसरी रिटायरमेंट' घ्यावी लागली. मोठ्या भ्रष्टाचाऱ्याला, त्याच्या प्रतिष्ठेला ढळ लागू न देता, बाजूला सारण्याच्या विधीला, 'कम्पलसरी रिटायरमेंट' म्हणतात. शिपाई किंवा कारकुनाचा भ्रष्टाचार पकडला जातो, तेव्हा तो डिसमिस होतो. तुरुंगातही पाठवलं जाऊ शकतं त्याला, कारण तो फक्त पाच-दहा रुपयेच खातो. मात्र मोठा ऑफिसर जेव्हा पाच-दहा लाख हडपतो तेव्हा सरकारला तिकडे लक्ष देणं भाग पडतं. अशावेळी सरकार हात जोडून म्हणतं, 'साहेब, आत्तापर्यंत आपण खूप खाल्लंत. आता आपल्याला उचित वाटलं तर बाकीचं आयुष्य आपण आरामात घालवा.'

तो सरकारची करुणा येऊन 'कम्पलसरी रिटायरमेंट' घेतो आणि प्रतिष्ठितपणे बाकीचं आयुष्य घालवतो.

जेव्हा शिपाईसुद्धा लाख रुपये खाऊ लागेल, तेव्हा तोसुद्धा काढून टाकला जाणार नाही. 'कम्पलसरी रिटायर' होईल.

हा माणूस मोठ्या थाटात आणि प्रतिष्ठितपणे जगत होता. बंगला, गाडी आणि खूपसा बेहिशोबी पैसा. त्याचे छंद अनेक होते; पण आता त्याला देशाचा नवीन छंद लागला होता. देशाची नशा मोठी वाईट. एकदा लागली, तर सुटता सुटत नाही.

मी ऐकलं, तो अनेकांना भेटतो आणि सगळ्यांशी देशाच्या नाजूक स्थितीबद्दल बोलतो. जे त्याला ओळखतात, ते म्हणतात, एक तर त्याचं डोकं फिरलंय, किंवा

देशाला खरोखरच वाईट दिवस आले आहेत.

एक दिवस तो सकाळी माझ्या घरी आला. कारमधून उतरला, तर ओळखायला जरा वेळच लागला. तो बदलला होता. कोट, पँट, टायच्या जागी कुडता, पायजमा, जाकीट घातलं होतं.

मी विचारलं, ''हे काय?''

त्याने काहीसं खजील होत सांगितलं, ''मी आता बदललोय, अगदी राष्ट्रीय झालोय.''

१५ ऑगस्ट १९४७ ला असं सार्वत्रिक स्वरूपात झालं होतं. तिरंगा झेंडा जसा वर गेला तशा अनेकांनी आपल्या पँटा खाली सरकवल्या. त्यांची जागा धोतरांनी घेतली. वीस वर्षांनंतर पुन्हा ही पँट सरकली. राष्ट्रीय होण्याची फॅशन अद्याप आलेली नाही.

तो म्हणाला, ''देशाला परिवर्तन हवंय.''

मी म्हटलं, ''कसलं परिवर्तन? कपडे बदलण्यातलं?''

तो गंभीर होता. म्हणू लागला, ''थट्टा नको. देशाची स्थिती यावेळी मोठी नाजूक आहे.''

मी म्हटलं, ''ते तर बघतोय मी! यापेक्षा आणखी नाजूक झाली तर एकदम विवस्त्रच होणार की काय?''

तो म्हणाला, ''नेहमी थट्टा करण्याची आपली सवय मला मुळीच पसंत नाही. मी गंभीर गोष्टी करण्यासाठी आलोय!''

मी म्हटलं, ''मग एकदा साफ साफ सांगून टाका नं! आपले सारे पत्ते उघडे करा. काय विचार आहे आपला?''

तो म्हणाला, ''असं बघा देशाची...''

मी त्याला तोडत म्हटलं, ''तूर्त देश पूर्णपणे बाजूला ठेवा. तुमच्याविषयी काय ते बोला.''

तो म्हणाला, ''मी संसदेची निवडणूक लढण्याचा विचार करतोय.''

आता माझ्या लक्षात आलं, मागच्या दोन तीन महिन्यांपासून देशाची परिस्थिती नाजूक का आहे?

मी विचारलं, ''आपण असं का ठरवलत?''

तो म्हणाला, ''देशाला परिवर्तन हवंय! तो आमच्याकडून काही अपेक्षा बाळगतोय. आम्हीही भारतमातेची मुले आहोत.''

माझ्या तोंडून बाहेर निसटलं, ''मला हे माहीतच नव्हतं!''

तो चमकला. म्हणाला, ''थट्टा नको. मी अगदी सिरियय आहे. मी एकदम 'पब्लिक लाइफ' मध्ये येऊ इच्छितो.''

मी म्हटलं, "पण आपण उलटं करताय. लोक पब्लिक लाइफमध्ये आधी येतात. मग निवडणूक लढवतात. आपण निवडणूक आधी लढवणार. मग 'पब्लिक लाइफ' मध्ये येणार."

त्याच्याजवळ उत्तर होतं. म्हणाला, "देश यावेळी मोठ्या घाईत आहे."

माझ्यासाठी ही मोठी समस्या होती. याने असा निर्णय कसा घेतला? खूप विचार केल्यावर मी कल्पना केली, असं झालं असेल—

एकदा दुपारी लंच टेबलवर याचं याच्या पत्नीशी बोलणं होत असेल. पत्नी म्हणाली असेल, 'आपल्याकडे बंगला आहे, गाडी आहे, दागिने आहेत, पैसे आहेत. आता यापेक्षा चांगली अशी एखादी गोष्ट आणा.'

त्याने विचारलं असेल, 'काय आणू?'

पत्नी म्हणाली असेल, 'असं काही तरी, ज्याने आपली प्रतिष्ठा वाढेल. पैसा काय आपल्याकडे हवा तेवढा आहे! त्याने विचार करून म्हटलं असेल, ठीक आहे, यावेळी लोकसभाच घरी घेऊन येईन.

पत्नीने उत्साहाने म्हटलं असेल, 'हो! हो! जरूर आणा. आपण तिला फ्रिजमध्ये ठेवूया. मिसेस चोपडांची घमेंडसुद्धा उतरेल. मी तिला सांगीन. चोपडासाहेबांना सांगून विधानसभा घरात बोलावून घ्या. लोकसभा केवढ्याला मिळेल?'

त्याने म्हटलं असेल, 'घ्यायची तर खरी! मग किमतीची चौकशी कशाला? आधी जरा स्वस्तात येत होती. आता थोडी किंमत वाढलीय.'

पत्नी म्हणाली असेल, 'कशी का मिळेना! आणा मात्र नक्की!'

यानंतरच त्याला जाणीव झाली असणार, की देशाची स्थिती मोठी नाजूक झालीय.

मी त्याला समजावलं. म्हटलं, "आपलं काही सामाजिक कार्य नाही. आपल्याला ओळखणारेही फारसे कुणी नाहीत. आपण जिंकण्याची आशा कशी धरता?"

तो माझ्यापेक्षा जास्त समजदार होता. सांगू लागला, "आपल्या देशाची निवडणूक म्हणजे एक नाटक आहे. आमचा देश गावंढळांचा आहे. खरं विचाराल, तर प्रजातंत्र स्वीकारण्याची आमची लायकीच नाही. इथे मत मिळवण्याचे अनेक मार्ग आहेत. मला सगळं माहीत आहे. मी सगळी व्यवस्था केलीय."

शेवटची गोष्ट बोलता बोलता त्याने एक डोळा बंद करून इशारा केला.

मी म्हटलं, "जिंकण्यासाठी जवळ जवळ दोन लाख तरी मतं हवीत."

तो म्हणाला, "हो! हो! मी सांगतो ना! असं बघा. सहा लाखाचा हा एरिया आहे. यात जवळ जवळ चार लाख मतदान होईल. या चार लाख मतदारांत, जवळ जवळ पन्नास हजार असे आहेत, की जे घाबरत घाबरत मतदानकेंद्रात येतील जवळ जवळ तीस हजार तरी घाबरून आपल्या निवडणूक चिन्हावर शिक्का मारतील.

तीस हजार तर ते झाले. आता पुढे चला-''

मी त्याला थांबवलं. ''पुढे मुळीच जाऊ नका. आपण लोकशाहीची नस बरोबर पकडलीत. घाबरलेल्या मतदारांवर जे निर्भर असतात. त्यांची जीत नक्कीच असते.''

तो खूष झाला आणि अगदी मन लावून तो केस खेचण्याचा प्रयत्न करू लागला.

म्हणला, ''बाकी सारी व्यवस्था केलीय. प्रचाराची जबाबदारी तेवढी आपण घ्या.''

जबाबदारी मी घेतली; पण पार पाडू शकलो नाही.

त्याचं असं झालं. तो प्रचारपत्रिकेत असं लिहू इच्छित होता, 'जनतेचे ख्यातकीर्त सेवक' पण माझ्या हातून लिहिलं गेलं. 'जनतेचे ख्यातकीर्त भ्रष्टाचारी' मी त्याला सांगितलं नाही. पण पुढे प्रचारकार्याचा धोका पत्करला नाही.

त्याने निवडणूक लढवली. त्याची अनामत रक्कम जप्त झाली.

भेटला तेव्हा विचारलं, ''असं कसं झालं? आपला हिशेब तर पक्का होता.''

तो म्हणाला, ''जनतेने धोका दिला.''

मी विचारलं, ''म्हणजे यावेळी ती घाबरली नाही?''

तो म्हणाला, ''हं! असंच वाटतंय! आपण त्या दिवशी क्लबमध्ये बरोबर बोलला होतात. वुई आर अ मोस्ट फॉलन पीपल. द कंट्री इज् गोइंग टू डॉग्ज! मोठे अध:पतित आहेत हे लोक.''

रागारागाने तो केस खेचू लागला.

मूळ रचना - साहब महत्त्वाकांक्षी

❑

बुद्धिवादी

आशीर्वादाने घडलेलं जीवन आहे.

लहानपणी एका म्हाताऱ्या भिकाऱ्याचा हात धरून त्याला रस्ता ओलांडायला मदत केली होती. आंधळ्या भिकाऱ्याने आशीर्वाद दिला, "बेटा माझ्यासारखा हो!" त्याच्या बोलण्याचा हेतू दीर्घायुष्याशी असणार; पण त्यांनी दुसराच अर्थ काढला आणि अध्यापक झाले. अध्यापक होते, तेव्हा एका टिटवीच्या प्राणाचं रक्षण केलं. टिटवीने आशीर्वाद दिला, "भाऊ, माझ्यासारखा हो." टिटवीच्या बोलण्याचा काही का अर्थ असेना, पण ते बुद्धिवादी झाले. हवेत उडतात; पण जमीनीवर झोपतात, ते तंगड्या वर करून! अशा विश्वासाने आणि दंभाने, की आभाळ कोसळलं, तर पायावर तोलून धरीन.

आशीर्वादाने घडलेल्या जीवनाची अशी परिस्थिती आहे, की ठरीव मिळकत दोन अडीच हजार आहे. बंगला आहे. गाडी आहे. दोन्ही मुलांना चांगली नोकरी मिळालीय. मुलगी रिसर्च करते आहे. अशा परिस्थितीत कोणताही सज्जन मनुष्य बुद्धिवादी होणारच. ते खास सज्जन होते, असंही नाही. तसं होण्यास त्यांना थोडा उशीरच झाला.

दोन वर्षं विदेशातच राहून ते परत आले, तेव्हा परिचितांमध्ये आरडा-ओरडा झाला, की ते बुद्धिवादी झाले. दुसऱ्यांच्या गोष्टीत नाक खुपसून स्वत:ची करमणूक करून घेणारे, त्यांना बघायला जायचे आणि म्हणायचे, की ते खरोखरच बुद्धिवादी झालेत. एकाने त्यांच्याकडे खिडकीतून डोकावून पाहत आम्हाला सांगितलं. तो खरोखरच बुद्धिवादी झालाय. खोलीत बसून छताकडे अशा नजरेने पाहत होता, की जणू विचार करतोय, छत किती वर्षांनी कोसळेल. एकाने त्यांना बागेत हिंडताना पाहिलं. म्हणाला, जेव्हा तो फुलांकडे बघतो, तेव्हा फुले थरकापायला लागतात. तो भयंकर बुद्धिवादी झालाय.

एक दिवस आम्ही त्यांना भेटायला गेलो. मी आणि माझा एक मित्र. फोनवरून त्यांनी अर्ध्या तासाने यायला सांगितलं. त्यावेळी आम्ही बंगालच्या वादळाने पीडित झालेल्या लोकांसाठी देणग्या गोळा करत होतो.

त्यांच्या खोलीत आम्ही घुसलो. ते खरोखरच बदलले होते. काळ्या फ्रेमचा चष्मा निघून गेला होता. त्या जागी, सोनेरी पातळ फ्रेमचा चष्मा त्यांनी लावला होता. डोळ्यांची चमक आणि फ्रेमची चमक एक दुसरीला प्रतिबिंबित करत, डोळे दिपवीत होती. मुद्रेत स्थायी खिन्नता. खिन्नता दुःखदायक असते; पण त्यांच्या चेहऱ्यावरील खिन्नता सुखदायी होती. खिन्नता दुनियेच्या दुर्दशेबाबत होती. त्यात सुखाचा भाव अशा गर्वाने मिसळलेला होता, की मी ती दुर्दशा पाहू शकतो. डाव्या बाजूचा खालचा ओठ कानाच्या बाजूला थोडा खेचलेला होता. त्यामुळे दोन्ही ओठात थोडी फट पडली होती. स्थायी खिन्नता आणि सततचं चिंतन यामुळे असं घडलं होतं. पूर्ण चेहऱ्यात, तेवढीच एक चोरजागा होती, ज्यातून त्यांची वाणी बाहेर पडत होती. आम्ही पूर्ण तोंडाने बोलतो, पण बुद्धिवादी ओठांचा डावा कोपरा जरासा उघडून तोलून मापून शब्द बाहेर काढतात. आम्ही तोंड पूर्ण उघडून हसतो, पण बुद्धिवादी डाव्या बाजूचे ओठ जरा खेचून नाकाकडे घेऊन जातात. ओठांजवळ नाकपुड्यांपाशी थोडी हालचाल होते आणि आम्हाला कृपेसहित असा संकेत मिळतो की 'आय् ॲम अम्यूज्ड!' तुम्ही हसताय, पण मी फक्त थोडंसं मनोरंजन अनुभवतोय. गावंढळ हसतात. बुद्धिवादी फक्त आनंदित होतो.

टेबलावर पाच-सहा उघडलेली पुस्तके अशा तऱ्हेने पडलेली आहेत, जशी काही वाचता वाचता निष्काळजीपणाने टाकून दिलीत. पण ती निष्काळजीपणाने अशा प्रकारे टाकलेली आहेत, की प्रत्येक पुस्तकाचं नाव स्पष्टपणे दिसतंय. पुस्तकांच्या समंजसपणावर मी जीव ओवाळून टाकला. निष्काळजीपणाने एकमेकांवर पडली तरी ती अशा प्रकारे पडतील, की त्यांची नावे झाकली जाणार नाहीत. माझ्या लक्षात आलं, ते पुस्तकं वाचत नव्हते. आम्हाला अर्धा तास उशिरा बोलावलं होतं. या अर्ध्या तासांत त्यांनी ही पुस्तके विस्कळीतपणे मांडून ठेवली होती. बुद्धिजीवी वारंवार आमचं लक्ष पुस्तकांकडे जावं म्हणून प्रयत्न करत होते. त्यांना वाटत होतं आम्ही चकित व्हावं आणि म्हणावं, 'किती तऱ्हेची पुस्तके वाचता आपण! यांची तर आम्ही नावेसुद्धा ऐकली नाहीत!' आम्ही विस्मित होण्यास उशीर करत होतो. बुद्धिवादी थोडे बेचैन होत होते.

त्यांनी आम्हाला अशा तऱ्हेने बसवले, की आमच्याकडे पाहण्यासाठी त्यांना पस्तीस अंशातून डोके फिरवावे लागेल. पस्तीस अंशातून डोके फिरवून सोफ्यावर कोपर टेकवून तळव्यावर हनुवटी ठेवत ते आमच्याकडे अशा भरीव नजरेने बघतात की त्यांच्या बौद्धिक आतंकाने आम्ही दबून जातो. आम्ही स्वतःला क्षुद्र समजू लागतो. त्यांच्या दृष्टीत जादू निर्माण होते. जेव्हा या कोनातून आम्हाला बघून ते पोटातून निघाल्यासारख्या हळुवार गंभीर आवाजात म्हणतात,

'टू माय् माइंड...' तेव्हा आम्हाला वाटतं, हा आवाज वरून ढगातून येतोय.

पण आभाळ स्वच्छ आहे. मोठ्या प्रयत्नाने आमच्या लक्षात येतं. हा आवाज बुद्धिवादीच्या ओठांच्या डाव्या बाजूच्या पातळ फटीतून निघालाय. जेव्हा ते 'टू माय माइंड' म्हणतात, तेव्हा मला वाटतं, मला डोकंच नाही. या जगात फक्त एकच डोकं आहे व ते त्यांच्याजवळ आहे. जर त्यांनी पस्तीस अंशातून डोकं फिरवलं नाही, हाताच्या तळव्यावर हनुवटी ठेवली नाही, तर ते अगदी सामान्य माणसासारखे वाटतात. कोनातून बुद्धिवाद साधण्याची कला शिकण्यासाठी किती अभ्यास करावा लागला असेल त्यांना!

बुद्धिवादीमध्ये लय आहे. डोकं फिरवण्यात लय आहे. उठण्यात लय आहे. पाऊल उचलण्यात लय आहे. कपाट उघडण्यात लय आहे. पुस्तक काढण्यात लय आहे. पुस्तकाची पाने पालटण्यात लय आहे. प्रत्येक हालचाल संथ आहे. तुच्छ व्यक्तिमत्त्व गडबडून जातं. त्यांचं व्यक्तिमत्त्व बुद्धीच्या ओझ्याने इतकं जड झालंय की विशेष हालचाल करू शकत नाहीत. बुद्धिवादी मला जड पावलांनी हळूहळू चालणाऱ्या मोठ्या थुलथलीत माणसासारखे वाटतात.

ते म्हणाले, "मला युरोपात जाऊन कळलं की आम्ही खूप पतित झालो आहोत."

मी म्हटलं, "आपलं पतन जाणून घेण्यासाठी आपल्याला इतक्या दूर जावं लागलं?"

बुद्धिवाद्याने उत्तर दिले, "जो पडतो, तो पाहू शकत नाही, की आपण पडतोय. दुरून पाहणाऱ्यालाच तो पडतोय, असं दिसतं."

त्यावेळी आम्हाला वाटलं. आम्ही एका खड्ड्यात पडलोय आणि तो खड्ड्याच्यावरून आम्हाला सांगतोय, 'आम्ही पडलो आहोत.' त्याने आमचं पडणं पाहिलंय, त्यामुळे तो पडणाऱ्यांमध्ये नाही.

माझ्या मित्राने विचारले, "आमच्या पतनाचं कारण काय?"

बुद्धिजीवीनं डोळे बंद करून विचार केला. मग आमच्याकडे बघून म्हणाले, "टू माय् माइंड. आमच्यात कॅरेक्टर नाही."

आमच्या पतनाची गोष्ट त्यांनी अशा ढंगात सांगितली, की आम्हाला वाटलं, त्यांना आमच्या पतनाने संतोष झालाय. जर आम्ही पतित नसतो, तर त्यांना आम्हाला हे सांगायचा सुयोग कसा मिळाला असता, की आम्ही पडलो आहोत व आमचं पडणं ते स्वच्छपणे पाहू शकताहेत?

मित्राला आता मुद्द्याचं बोलणं आवश्यक वाटू लागलं. तो म्हणाला, "पूर्व बंगालमध्ये वादळ झालंय. मोठा विनाश झालाय..." त्याने मृत्यू, उपासमार, रोगराई यांची करुणगाथा ऐकवली.

बुद्धिवादी ऐकत राहिला. आम्ही दोघं परिणामाची वाट बघत राहिलो. परिणाम

झाला. बुद्धिवाद्याच्या तोंडाच्या कोपऱ्यातून शब्द निघाले. "हं मी पेपरमध्ये वाचलंय!"

त्यावेळी आम्हाला वाटलं, की त्यांनी पेपरमध्ये पूर्व बंगालमधील अरिष्टाबद्दल वाचलं, त्यामुळे पूर्व बंगालचे लोक कृतार्थ झाले. वादळाचं सार्थक झालं. रोगराई आणि उपासमार यावर त्यांनी मोठे उपकार केले.

मी म्हटलं, "त्या पीडितांसाठी आम्ही पैसे गोळा करतोय."

आम्ही देणगी घेण्यासाठी आलो होतो. त्यांना वाटलं, आम्ही ज्ञान घेण्यासाठी आलो आहोत.

त्यांनी तळव्यावर हनुवटी ठेवली आणि त्याच मेघ गंभीर आवाजात म्हणाले, "टू माय माइंड - प्रकृती संतुलन करते. पूर्व बंगालमधील लोकसंख्या खूप वाढली होती. ती संतुलीत करण्यासाठी प्रकृतीने वादळ पाठवलं.'

या दरम्यान पूर्व बंगालमध्ये त्यांच्या मदतीच्या अभावी एक माणूस आणखी दगावला.

जर कुणी बुडत असेल, तर ते त्याला वाचवणार नाहीत. उलट सापेक्ष घनतेच्या बाबतीत विचार करतील.

कुणी उपाशी मरत असेल, तर बुद्धिवादी त्याला भाकरी देणार नाही. ते वेगवेगळ्या देशातील अन्नउत्पादनाचे आकडे सांगू लागतील.

कुणी त्यांना आत्ता येऊन सांगितलं, की तुमच्या पितजींचं निधन झालंय, तर बुद्धिवादी दु:खी होणार नाही. तो वंशविज्ञानाबद्दल सांगू लागतील.

आम्ही देणगीची आशा सोडून दिली. आम्ही बुद्धिवादीजवळ देणगी मागितली, तर जो जगाच्या अर्थव्यवस्थेबद्दल आम्हाला सांगू लागेल.

आता आम्ही स्वत:ला बुद्धिवादीच्या हाती सोपवलं.

तो विचार करत होता. विचार करत होता. खूप विचार करून खोलवरून त्याने सत्य शोधून काढलं. ते सत्य आजपर्यंत कुणाला गवसलेलं नव्हतं. तो म्हणाला, "टू माय माइंड, अवर ग्रेटेस्ट एनिमी इज पॉवर्टी" (माझ्या विचारानुसार आमचा सगळ्यात मोठा शत्रू गरिबी आहे.)

एक वाक्य सूत्ररूपाने सांगून बुद्धिवाद्याने आम्हाला विचार करायला थोडा वेळा दिला. आम्ही विचार केला. खूप विचार केला; पण गरिबीची समस्या सोडवण्यासाठी पुन्हा बुद्धिवाद्याकडे परतावं लागलं. मी विचारलं, 'गरिबी या जगातून कशी नाहीशी होईल?"

बुद्धिवादी म्हणाला, "मी विचार केलाय. पूंजीवाद आणि साम्यवाद दोन्हीही माणसाच्या विरोधी आहेत. हे दोन्हीही गरिबी हटवू शकणार नाहीत. आपल्याला आधुनिक तंत्रज्ञानाचा वापर करून उत्पादन खूप वाढवलं पाहिजे."

मी विचारलं, "पण वितरणाची व्यवस्था काय असायला हवी?"

बुद्धिवादी म्हणाला, ''तोच आजकाल विचार करतोय. एक थिअरी बनवतोय.'' मनुष्यजातीकडे आशेचा एक किरण फेकत बुद्धिवादी गप्प बसला.

माझा मित्र म्हणाला, ''आपल्याला समाजाचं नवनिर्माण करावं लागेल.''

बुद्धिवाद्याने पुन्हा आम्हा खुज्यांच्याकडे टवकारून पाहिलं. मग म्हणाला, 'समाजाचं पहिलं कर्तव्य हे आहे, की त्याने स्वत:ला नष्ट करायला हवं. सोसायटी मस्ट डिस्ट्रॉय इटसेल्फ! जाती, वर्ण, रंग, उच्च-नीच भेदांनी जर्जर झालेला समाज प्रथम नष्ट व्हायला हवा. मग नीवन समाज बनेल.'

मनात आलं, विचारावं - सगळा समाजच जर नष्ट झाला, तर निसर्गाला मनुष्य बनवायला किती लाख वर्षं लागतील? मी विचारलं नाही. असा विचार करून समाधान मानलं, की फक्त मलाच समजतंय, ही जाणीव माणसाला किती अजाण बनवते.

बुद्धिवादी मार्क्सवादाबद्दल बोलतो. फ्राईड आणि आइनस्टाईनबद्दल बोलतो. विवेकानंद आणि कन्फ्यूशियसबद्दल बोलतो. प्रत्येक गोष्ट सांगून, ती आम्हाला जाणून घेण्याची, पचवण्याची संधी तो देतो. त्याला माहीत आहे, ही गोष्ट आम्ही प्रथमच ऐकतो आहोत.

आम्ही विचारतो. 'या जागातल्या रोगराईबद्दल आपण काय विचार केला आहे? ही रोगराई कशा रीतीने नाहीशी होईल?'

तो डोळे बंद करतो. विचार करतो. आम्ही प्रचंड काही तरी ऐकण्यासाठी तयार होतो. बुद्धिवादी म्हणतो, 'अल्टीमेटअली आय् हॅव टु रिटर्न टु गँडी. (शेवटी मला गांधींकडे वळणं क्रमप्राप्त आहे.) लव्ह - प्रेम'

बुद्धिवादी आता क्रांतीवर येऊन उतरतो. म्हणतो, 'स्टुडंट पॉवर! युवाशक्ती! आपण आपल्या समाजातील युवावर्गाला स्वातंत्र्य दिलं पाहिजे. तेच या जगात परिवर्तन आणतील. तेच जग बदलतील. जो समाज आपल्या युवावर्गाला दबावाखाली ठेवतो, तो कधीही वर उठणार नाही. हे पुस्तक बघा. प्रो. मार्क्यूजचे आहे. हे कोहेन बेंडीचे पुस्तक.'

बुद्धिवादी गंभीर झाला. त्याने अंतिम सत्य सांगितलं.

आम्ही उठू लागलो. एवढ्यात नोकराने एक लिफाफा आणून त्यांच्याकडे दिला.

बुद्धिवादी चिठ्ठी वाचू लागले. वाचता वाचता त्यांच्यात परिवर्तन होऊ लागलं. पस्तीस डिग्रीचा कोन हळूहळू कमी होऊ लागला. बुद्धिवादी सरळ बसला. ओठांची मुरड मिटली. डोळ्यात वसलेली बुद्धी गायब झाली. त्या जागी चिंता आली. चेहरा सपाट झाला. श्वासोच्छवास जोरजोरात होऊ लागला. बुद्धिवादी अगदी विक्षिप्त वाटू लागले.

बुद्धिवाद्याने चिठ्ठी मुठीत घट्ट पकडली. चष्मा काढला. आम्ही उघडे डोळे

बघत होतो. ते आता पूर्ण विझले होते. चमक चष्म्याबरोबर गायब झाली होती. दंभ चिठ्ठीसोबत मुठीत दबला गेला होता.

मी म्हटलं, "आपण काळजीत दिसताय. सगळं ठीक आहे ना?"

बुद्धिवादी हतप्रभ झाला. एखाद्या लहान मुलाचं खेळणं बादलीत पडल्यावर तो मुलगा जसा असाहाय्य होईल, तसा त्यांचा चेहरा झाला.

खोल श्वास घेऊन बुद्धिवादी म्हणाला, "हं! असे दिवस आले..."

मी म्हटलं, "काय झालं?"

ते म्हणाले, "मुलगी आपल्या मावशीकडे लखनौला गेली होती. तिथेच तिने लग्न केलं. आम्हाला कळलंही नाही." मी विचारलं, "मुलगा काय करतो?"

म्हणाले, "इंजिनिअर आहे."

मी म्हटलं, "मग तर चांगलंच झालं."

बुद्धिवादी उखडले, "काय चांगलं? मी त्याला तुरुंगात पाठवल्याशिवाय राहणार नाही!"

आमच्यासमोर एक महान क्षण उभा ठाकला होता. मनुष्यजातीच्या आंतरिक संबंधाबाबत एखादं महान सत्य त्यांच्या मुखातून बाहेर पडणार असं दिसत होतं. आता त्यांचं तोंड पूर्ण उघडू लागलं. चष्मा लावून तेव्हा ते ओठांच्या कोपऱ्यातून गंभीर आवाज काढत होते. आता ते तोंड पूर्ण उघडून बोलू लागले.

बुद्धिवादी या स्थितीचं कसं विश्लेषण करतील? यूथ पॉवर? स्त्री-पुरुषसंबंधाचा पाया? विवाहाचे स्वातंत्र्य?

आम्ही त्यांच्या तोंडाकडे पाहू लागलो. त्यांचा त्रास वाढत चालला होता. ते सतत चिठ्ठी दाबत होते. ते कदाचित आपल्या पत्नीला ही बातमी देण्यासाठी आतुर झाले होते. आम्ही हे जाणण्यासाठी आतुर झालो होतो, की इतकं चांगलं लग्न झालेलं असताना, ते इतक्या काळजीत का वाटताहेत? असं कुठलं तरी महान दार्शनिक तथ्य यात-विहित असणार जे केवळ बुद्धिवादीच समजू शकत असणार.

मी म्हटलं, "मुलगा-मुलगी मोठे आहेत. लग्न मावशीच्या घरी झालंय. वर चांगला आहे. मग आपण दुःखी आणि चिंतातुर का? आम्हा जिज्ञासूंना ते रहस्य सांगा, की ज्यामुळे जीवनाकडे आम्ही बुद्धिवादी दृष्टिकोणातून बघू शकू!"

त्यांनी उजाड, विझलेल्या डोळ्यांनी आमच्याकडे पाहिलं. मग अत्यंत जड आवाजात म्हणाले, "तो मुलगा कायस्थ आहे नं!"

मूळ रचना - बुद्धिवादी

❑

फुकट्या

त्याचा विचार माझ्या मनात येतो, तेव्हा मला वाटतं, जेवणाच्या ताटात माशी पडलीय. पोटाची मागणी पुरी करण्यासाठी माणूस माशी काढून जेवू लागतो खरा, पण एक प्रकारची घृणा त्याच्या मनात राहते, 'ओ' येईपर्यंत खाणं एक प्रकारे कष्टकर अनुभव आहे, पण तो तृप्तीकरही आहे.

तो जेव्हा येतो, तेव्हा मला उलटी येते, पण माझी इच्छा असते त्याने यावं. त्याच्याकडून मला पैसे मिळतात. पैसे मला हवे असतात. मी माशी काढून जेवू लागतो.

पाठ्यपुस्तकाच्या मोठ्या प्रकाशकाचा मुलगा आहे. कधी काही लिहून घेण्यासाठी, कधी प्रुफे तपासून घेण्यासाठी आणि कधी संपादन करून घेण्यासाठी तो माझ्याकडे येतो. वयाने तो माझ्या निम्म्यानेच असेल, पण चतुराईच्या बाबतीत माझ्या बापाच्या दादाबरोबरचा आहे. तो अगदी सहजपणे इच्छा असेल, तेव्हा माझा 'दादा' होऊ शकतो.

तो येत असलेला मी खिडकीतून पाहतो. समोर मैदान आहे. मैदानात तो येताच त्यांचं चालणं आणि हावभाव यावरून माझ्या लक्षात येतं, की आज उचित पैसे देईल, की कमी पैसे देईल, की फुकटातच काम करून घेईल. प्रत्येक वेळी वेगवेगळ्या पद्धतीने तो माझ्याकडे येतो.

आज मैदानात शिरताच तो झुकलाय. त्याचं तारुण्य गायब झालंय. चालीत वार्धक्य आलंय. चेहऱ्यावर पाच हजार वर्षांची चिंता आहे. तो आपलं हे व्यक्तिमत्त्व बिघडू देत नाही. खाली बघत बघत इतकं हळुवारपणे तो चालतो आहे, अशासाठी, की माझ्या मैदानातील गवत दुखावलं जाऊ नये.

आज फुकटात काही काम करून घ्यायला आलाय. पैसे देऊन काम करून घेणार असेल, तर माझ्या गवताच्या दुखावलं जाण्याची तो एवढी पर्वा करत नाही. आजच्या थाळीत एक नाही, पंचवीस माश्या पडल्या आहेत. मला ओकारी येतेय.

तो येतोय. वाटतं. खोट्या नोटांचं बंडल सरकत येतंय.

तो दरवाजाशी येतो.

"मी..." तो थांबतो. बकरीच्या आर्त 'मेंऽऽऽ' मध्ये एक संगीत असतं. एक लय असते. वाटतं तो एखादी रागिणी छेडणार आहे. 'मी' नंतर तो नेहमी थांबतो. "आत येऊ?"

'मी' नंतर तो किती थांबतो, यानुसार मी अंदाज करू शकतो, की तो उचित पैसे देईल, कमी देईल, की फुकटात काम करून घेईल. आज तो 'मी' नंतर इतका थांबतो, की वाटतं, दरवाजात दोघंजण उभी आहेत. एक फक्त 'मी' म्हणतोय. दुसरा म्हणतोय, 'आत येऊ?'

नक्कीच! फुकटात काम करून घ्यायला आलाय.

तो हळूच पडदा सारून खोलीत घुसतो. हळूहळू पुढे सरकतो. एक तर तो अनवाणी आहे, किंवा त्याच्या बुटाला टाच नाहीय. चाहूल न लागू देणारं व्यक्तिमत्त्व बनलाय तो! तो हळूच खुर्चीवर बसतो. इतका हळुवार, की खुर्चीला त्रास होऊ नये. कमीत कमी वजन खुर्चीवर पडावं. खुर्चीला मागे पाठ टेकवत नाही. त्यामुळे खुर्चीला वेदना होतील. त्याला याचंच दु:ख आहे, की खुर्चीवर बिचारीवर त्याचं इतकं वजन पडलंय.

फुकटात काम करून घ्यायला आलाय, अगदी निश्चित. पैसे देऊन काम करून घेण्यासाठी येतो, तेव्हा माझ्या खुर्चीला होणाऱ्या कष्टांचा एवढा विचार करत नाही. मी त्याच्या चेहऱ्याकडे बघतो. तिथे भयंकर भक्तिभाव आहे. माझ्या चेहऱ्यावरील तिरस्कार त्याच्यापासून लपून राहत नाही. जो तिरस्कार करतो, त्याच्याबद्दल भक्तिभाव बाळगणं, यासाठी खूप मोठी साधना हवी. "आपल्याला मी डिस्टर्ब तर नाही केलं?"

मी वर्तमानपत्राचं पान पालटू लागतो. तो तसाच बसलाय. शांत. मी त्याची अवहेलना करतोय, याची त्याला जराही जाणीव नाहीये. मी त्याच्याकडे बघत नाहीये, पण मला जाणीव होतेय, की त्याच्या डोळ्यातून लांब लांब काटे निघालेत आणि ते मला जागोजागी छेदताहेत.

मी पेपर टाकून सरळ त्याच्याकडे बघतो. ताबडतोब निर्णय घेऊ इच्छितो. इकडचं-तिकडचं करत बसलं, तर तडजोड होऊन जाते.

मी विचारतो, "कसं येणं केलंत?"

तो म्हणतो, "सहजच दर्शन घेण्यासाठी आलो."

ही नम्रता मला कापून टाकते. लाभाच्या देवतेपुढे बळी देण्यापूर्वी बकऱ्याची आरती करू लागलाय. मी निश्चय करतो. या वेळी त्याचं काम मुळीच करणार नाही.

तो बोलण्याची तयारी करू लागलाय.

शिपायांनी संगीन-चार्ज करण्यासाठी समोर वाळूची पोती टांगलेली असतात.

शिपाई पोत्यात संगीन घुसवून अभ्यास करतो. मला एकदम वाटू लागतं, मी माणूस नाही. वाळूचं पोतं आहे. याच्या बापाने संगीन लावलेली बंदूक याच्या हातात देऊन सांगितलं असावं, 'नेपिअर टाउनमध्ये तुझ्यासाठी एक पोतं टांगलेलं आहे. जा. जाऊन त्याला छेदून ये.'

माझी छोटी भाची खोलीतून निघाली. तो म्हाताऱ्याप्रमाणे वात्सल्याने हसतो. 'बेबी नाव काय तुझं?''

तो वातावरण तयार करतोय.

त्याने पंचवीस वेळा तरी वातावरण निर्माण करण्यासाठी बेबीला नाव विचारलंय आणि तिने सांगितलंय. आता ती उत्तर देत नाही.

एकदा त्याला वातावरण तयार करण्याची जरा जास्तच गरज पडली. त्यावेळी शेजारचा कॉन्व्हेंटमध्ये जाणारा मुलगा पँट, टाय वगैरे लावून तयारीत उभा होता. त्यांनी त्याला म्हटले, 'हॅलो डॅडी हाऊ आर यू?' मी हसलो. तरीही त्याला कळलं नाही, की त्याने लहान मुलाला 'डॅडी' म्हटलंय. त्याचा संबंध फक्त वातावरण तयार करण्याशी होता.

आज त्याने पुन्हा एकदा जरा जास्तच वातावरणनिर्मिती केली. म्हणाला, ''बेबी खूप हुशार आहे.''

मी खूष झालो नाही. पण, तोही निराश झाला नाही.

मी पुन्हा एकदा सावध होतो. याचं काम मुळीच करणार नाही.

भिंतीवर प्रेमचंदांचा फोटो बघून तो विचारतो, ''हा काय आपल्या वडिलांचा फोटो आहे ?''

मी म्हणतो, ''मुन्शी प्रेमचंद.''

तो म्हणतो, ''आपल्यासारखाच चेहरा आहे. का असणार नाही? तेही साधक होते. आपणही साधक आहात!''

मला पुन्हा 'साधका'चा राग आला. मी त्याचा तिरस्कार करू लागलो. तो बहुधा प्रेमचंदवरूनच माझ्यावर वार करू इच्छितोय.

''प्रेमचंद तर महान लेखक होते, पण खूप कष्ट भोगावे लागले त्यांना! आपल्या देशात लेखकांची कदर केली जात नाही.''

मी थोडंसं जोरातच म्हणतो, ''होते.''

तो थोडासा निराश होतो. त्याचं वातावरण बिघडत चाललंय. विचारतो, ''आपण म्हणता लेखकाची कदर होते?''

मी म्हणतो, ''हो! तूच बघ ना, इतक्या दूरवरून दर्शन घेण्यासाठी आलाहेस!''

त्याला वाटलं मी त्याची थट्टा करतोय... हसणं त्याचं कर्तव्य आहे. तो जरुरीपेक्षा जास्तच हसला.

या हसऱ्या वातावरणातच माझ्यावर वार करणं त्याला योग्य वाटलं. टाईप केलेले कागद त्याने काढले आणि माझ्यापुढे पसरत तो म्हणाला, "सर, थोडे कष्ट देतोय. इथे सही करा. राजस्थानच्या शिक्षण मंडळाकडे ही पुस्तके पाठवायची आहेत."

मी संयमाने विचारतो, "अभ्यासक्रमात लागली, तर खूप विकली जातील. होय ना?"

"खूप असं नाही. थोडीशी विकली जातील."

"तुझ्या कमाईतून मला काय मिळेल?"

तो चिंताक्रांत होतो. गडबडतो. म्हणतो, "सर, आपल्याला तर फक्त सही करायची आहे. बस्स!"

मी म्हणतो, "पण माझ्या सहीशिवाय पुस्तके मंजूर होणार नाहीत ना?"

तो गप्प बसतो. विचार करतो. मी म्हणतो, "आपण ॲग्रीमेंटमध्ये असं काही लिहिलेलं नाही, की जिथे इच्छा असेल, तिथे आपण माझी सही केव्हाही घेऊ शकता. जेव्हा आपण मला पैसे द्याल, तेव्हाच मी सही करेन."

त्याच्या चेहऱ्यावर विषाद पसरतो. वाटतंय, शोकसमाचारासाठी आलाय. जणू आताच बोलून मोकळा झालाय. 'सर, आत्ताच कळलं, आपल्या पिताजींचं निधन झालं. खूप वाईट वाटलं.'

तो तसाच बसलाय. हळूहळू तो विषादाला हटवतोय. त्याचा चेहरा पुन्हा पहिल्यासारखा झालाय. तो विचारतो, "सर आपलं ते नियतकालिक बंद का झालं?"

तो माझ्या साऱ्या कमजोर जागा जाणतो. नियतकालिक बंद होण्याचा विषाद माझ्या मनात होताच. त्याने या विषादाचा फायदा उठवण्याचे ठरवले. ज्याचा मुलगा अनेक वर्षांपूर्वी मरण पावला त्याच्यासमोर त्याची आठवण काढ. त्याची स्तुती कर. 'किती चांगला मुलगा होता सुरेश!' आणि उठता उठता म्हण, 'भाऊ पंचवीस रुपये असतील तर द्या ना!'

तो हेच करू इच्छित होता. मी त्याला हे करू देणार नाही.

मी त्याला उत्तर देतो, "पैशाच्या अभावी नियतकालिक बंद पडलं."

तो उदास होतो. चेहरा असा पडतो, जसं काही पैसे नसल्यामुळे त्याची आजारी मुलगी मरण पावली. म्हणतो, "आमच्या देशाचं हेच दुर्भाग्य आहे."

माझ्या डाव्या कानफटीजवळची नस आता खूप ठणकू लागलीय. माझा जीव गुदमरल्यासारखा झालाय. त्याच्या तोंडून मी चांगल्या गोष्टी सहन करू शकत नाही. तो साधनेच्या गोष्टी बोललाय. लेखकाच्या गरिबीबाबत दुःखी आहे. नियतकालिक बंद पडल्याची त्याला चिंता आहे आणि आता तो देशाच्या दुर्भाग्याविषयी बोलू लागलाय. मला सहन होत नाही. मला वाटतं, त्याने अशिष्ट गोष्टी बोलाव्या. शिव्या द्याव्या. असभ्य वर्तन करावं. या क्षणी त्याने मूर्खपणा केला तर माझा तणाव

एकदम नाहीसा होईल.

तो पुन्हा प्रयत्न करतो, ''सर, हे आत्ताच्या डाकेला पाठवायचं आहे. जरा सही करा ना!''

मी म्हणतो, ''एकदा सांगितलं ना, पैसे घेऊन ये. त्याशिवाय सही करणार नाही.''

विषादाची भावना पुन्हा त्याच्या चेहऱ्यावर पसरलीय. यावेळी माझ्या पिताजींच्या शोकसमाचाराचा भाव चेहऱ्यावर नाही. त्याने आता सांगून टाकलंय, 'सर, आमचे पिताजी आता राहिले नाहीत. मी अनाथ झालोय. आता फक्त आपलाच आधार आहे.' विषाद खराच आहे. पैसाच याचा बाप आहे आणि मी त्याच्या मृत्यूची घोषणा वारंवार करतोय.

तो मान खाली घालून बसलाय. मला वाटतं, याने उठावं. एक क्षणभर मला त्याची दया येते. याचं दु:ख खरं आहे. वाघाच्या पकडीतून जर जनावर निसटलं, तर वाघाला होणारं दु:ख काय खोटं असतं? वाघ क्रूर आहे. तो जनावराचे प्राण घेणार होता, हे सगळं खरं आहे. पण त्याचं दु:खही खरंच आहे.

तो पुन्हा हळूहळू सावरतोय. विषाद उडून जातोय. त्याच्यासमोर आजचं वर्तमानपत्र आहे. त्यामध्ये फ्रान्सचे विद्यार्थी आणि मजुरांच्या चळवळीविषयीची बातमी मोठ्या अक्षरात छापलेली आहे. त्याची नजर त्या बातमीवर पडते. तो म्हणतो, ''सर, आपल्या देशात क्रांती का होत नाही?''

तो माझा कमकुवतपणा जाणतो. क्रांतीच्या गोष्टी मला चांगल्या वाटतात, हे त्याला माहीत आहे.

माझ्या कानफटीची नस जोरजोरात फडफडू लागते. माझा जीव गुदमरू लागतो. त्याच्या उपस्थितीची जाणीव माझा श्वास बंद करते. त्याच्या 'क्रांती' शब्दाने माझं डोकं दुखू लागतं. मला वाटतं, याने नागडं होऊन नाचावं. कपड्यांवर थुंकावं. उठून माझ्या थोबाडीत मारावी. शिव्या द्याव्या. माझे सगळे कागद फाडावे. मी त्याचे उपकार मानेन. बस्स! चांगल्या चांगल्या गोष्टी बोलू नयेत; पण तो ऐकत नाही. आपल्या प्रश्नाचं उत्तर आपणच देतो. ''सर, असं आहे, आपल्या देशातला माणूस पैशाने विकला जातो.''

आता मात्र हद्द झाली. आता दोन मिनिटांत जर हा गेला नाही, तर मी माझं डोकं तरी भिंतीवर आपटून घेईन किंवा याचा गळा तरी घोटेन.

पण तो जाणार कसा? मी त्याला बाहेर व्हायला सांगितलं, तरी जाणार नाही. चांगल्या चांगल्या गोष्टी बोलत विनवण्या करेल. आता त्याची एकसुद्धा चांगली गोष्ट मला मारून टाकेल. मला आता फक्त माझं रक्षण करायचंय. मी एका झटक्यात ते कागद घेतो. नागापासून स्वत:चा बचाव करण्यासाठी माणूस ज्या

चपळपणे बाजूला होतो, अगदी तसे. सही करून ते त्याला परत देतो.

डोळे बंद करून खुर्चीच्या एका बाजूला टेकतो. मी खूप थकलोय. माझा शक्तिपात झालाय. डोळे उघडतो. आता तो एकदम तरुण झालाय.

"धन्यवाद! आता मी चलतो!" तो म्हणतो.

तो अशा झटक्यात उठतो, की फरशीवर खुर्ची घासली जाते.

त्याच्या बुटांना आता टाच आलीय. ते खर्र-खर्र आवाज करू लागलेत.

एका झटक्यात तो पडदा बाजूला करतो.

जिन्यावरून उड्या मारत उतरतो.

तो मैदान पार करतो. आत्ताच सही घेतलेला कागद ठवलेली बॅग जोरजोरात हलवत गवत पायाखाली तुडवत तो जातो.

मूळ रचना - मुफ्तखोर

❑

दोन नाकांची माणसं

मी त्या वयस्क माणसाला म्हटलं की ''मुलीच्या लग्नात थाटमाट, डामडौल यावर व्यर्थ खर्च करू नका.''

ते म्हणाले, ''आपण योग्य बोललात; पण, नातेवाइकांत नाक कापलं जाईल ना!''

त्याचं नाक चांगलं लांब होतं. मला वाटतं, नाकाची निगा या देशात जरा जास्तच ठेवली जाते. नाक अति नरम, मुलायम तरी असतं किंवा सुरा तरी धारदार असतो. त्यामुळे छोट्या छोट्या बाबींनीही नाक कापलं जातं. छोट्या छोट्या माणसांचं नाक अति नाजूक असतं. हे छोटे लोक नाक लपवून का ठेवत नाहीत?

ज्यांना ताकद आहे, सामर्थ्य आहे, अशी मोठी धनिक माणसे पोलादाचं नाक लावून घेतात आणि गेंड्याच्या कातडीचा रंग चढवतात. काळ्या बाजारासाठी तुरुंगवास भोगून आले आहेत. बायको सरळ सरळ दुसऱ्याबरोबर 'बॉक्स'मध्ये बसून सिनेमा पाहते. लोक वस्तरा घेऊन नाक कापण्यासाठी फिरताहेत; पण, कापणार कसं? नाक तर स्टीलचं आहे. चेहऱ्यावर अगदी पहिल्यासारखंच फिट्ट बसलंय. उलट चेहऱ्याची शोभा वाढवतंय.

स्मगलिंगमध्ये पकडले गेले आहेत, हातात बेड्या पडलेल्या आहेत, बाजारातून घेऊन चालले आहेत, लोक नाक कापायला अगदी उत्सुक आहेत; पण, ते नाक तिजोरीत बंद करूनच स्मगलिंग करायला गेले होते. पोलिसांचे आदरातिथ्य स्वीकारून सुटून येतील आणि आपलं नाक पुन्हा धारण करतील.

जी माणसं हुशार असतात, ती नाक तळव्यातच ठेवतात. तुम्ही सगळ्या शरीरभर शोधा. नाकच मिळत नाही. नातीच्या वयाच्या दोन मुलींवर बलात्कार केलाय. दगाबाजी आणि बँकेची फसवणूक केल्याच्या प्रकरणी पकडले गेले आहेत. लोक त्यांचं नाक कापायला उतावळे झाले आहेत, पण नाक सापडतच नाही. ते त्यांनी हाताच्या तळव्यात ठेवलंय. कोणा जीवशास्त्रज्ञाने नाकाचा शोध जरी घेतला, तरी तळव्याचं नाक कापून काय होणार? चेहऱ्यावरचं नाक कापण्यात काही अर्थ आहे.

आणि जे नाक ठेवतच नाहीत, त्यांना कसलीच भीती नाही. दोन छिद्रं आहेत. त्यातून श्वास घेता येतो. बस्स!

काही नाकं, गुलाबाच्या झुडपाप्रमाणे असतात. कलम केलं, तर चांगली फांदी फुटते. फुलेही सुंदर लागतात. मी अशी फुलवंत सुंदर नाकं पुष्कळ पाहिली आहेत. जेव्हा सुगंध कमी होऊ लागतो, तेव्हा ते पुन्हा नाक कलम करून घेतात. हे म्हणजे कुणा बाईची छेड काढली, आणि जोडे खाल्ले तसं होतं.

'जोडे खाणे...' मोठा अजब वाक्प्रचार आहे. जोडे मारले जातात. ते खाल्ले कसे जातील? पण, भारतवासी इतके भुकेकंगाल आहेत, की जोडेसुद्धा खातात. नाक आणखी एका प्रकारेही वाढत जाते. एक दिवस एक सज्जन आले. मोठे दुःखीकष्टी दिसत होते. म्हणाले, "आमचं नाक कापलं गेलं. मुलीने पळून जाऊन दुसऱ्या जातीतल्या मुलाशी लग्न केलं. आम्ही ब्राह्मण. मुलगा कुंभार. नाक कापलं आमचं."

मी त्यांना समजावलं, "नाक कापलं नाही, त्यावर कलम झालं, तीन-चार महिन्यात आणखी लांब होईल."

तीन-चार महिन्यानंतर पुन्हा भेटले. मोठे खुशीत होते. मी म्हटलं, "नाकतर पहिल्यापेक्षा लांब दिसतंय." ते म्हणाले, "झालं खरं तसं! खूप लोक म्हणतात, 'आपण मोठं क्रांतिकारक काम केलंत. काही जातवालेसुद्धा म्हणतात. म्हणून नाक लांब झालं."

मी काही लोक असे पाहिजे आहेत, की ते आपल्या शहराचं नाक म्हणून ओळखले जातात. त्यांचं नाक कापलं गेलं, तर साऱ्या शहराचं नाक कापलं जातं. त्यांना संसदेचं तिकीट मिळालं नाही, तर सारं शहर नकटं होऊन जातं. मी एका शहरात गेलो होतो. तिथल्या लोकांना विचारलं, 'त्या फलाण्या साहेबांची काय हालहवाल आहे?' तेव्हा तिथला एकजण चेष्टेने म्हणाला, 'हाय साहेब! ते अजूनही या शहराचं नाक आहेत, पण, शिंकरून टाकलेलं..' (हा बीभत्स रस आहे. रससिद्धान्त प्रेमींना चांगला वाटेल.)

मी ज्या सज्जनांविषयी बोलत होतो, ते माझ्या समोरच बसले होते. मुलीचं लग्न जुन्या पद्धतीने थाटामाटात आणि डामडौलात करू इच्छित होते. प्रथम ते श्रीमंत होते. अर्थात मध्यमवर्गीयांच्या तुलनेत श्रीमंत. आता गरीब आहेत. बिघडलेला घोडा आणि खालावलेला श्रीमंत, दोघांची स्थिती सारखीच असते. दोघेही पागल होतात. कुणाकडून उधार घेऊन खातील, याचा नेम नाही. इकडे बिघडलेला घोडा कुणाला पायदळी तुडवेल, याचा नेम नाही. दूर राहायला हवं! मी अगदी यथाशक्ती प्रयत्न करतो. मी तर समोरून एखादा सांड जरी झुलत झुलत येताना पाहिला, तरी रस्त्याजवळच्या इमारतीच्या व्हरांड्यात चढून बसतो. दादा येताहेत. त्यांचा आदर करायला हवा.

जुन्या काळचे एक श्रीमंत श्रेष्ठी माझ्यासमोर बसले होते. ते प्रगतीशील होते. ते क्षत्रिय होते आणि मुलगा शुद्ध कनोजी ब्राह्मण. ते खुशीने लग्न लावून देणार होते. पण, त्यात विरोधाभास असा होता, की ते लग्न थाटामाटात लावून देऊ इच्छित होते. पुष्कळ लोक एका परंपरेतून मुक्त होतात, आणि दुसऱ्यात अडकतात. रात्रीच्या वेळी कुणा ख्रिश्चन मित्राकडून ओली पार्टी करून घरी येत असताना, वाटेत हनुमानाचे मंदिर दिसले, तर शेंदुराचा टिळाही कपाळाला लावतील. माझा एक मित्र अतिशय कडवा असा नास्तिक होता. आम्ही फिरायला निघालो नि रस्त्यात राममंदिर दिसलं, की म्हणायचा, 'हरे राम!' नंतर त्याला त्याबद्दल पश्चात्तापही व्हायचा.

मी त्या श्रेष्ठींना समजावत होतो, "आपल्याजवळ पैसे नाहीत. आपण कर्ज काढून लग्न थाटामाटात कराल, पण कर्ज चुकवणार कसं? आपण एक पाऊल पुढे टाकलंत! लग्न आंतरजातीय करत आहात. मग ते नव्या पद्धतीने करा ना! मुलगा कनौजी आहे. आपल्या जातीत लग्न करता, तर कितीतरी हजार मिळाले असते. लग्नाच्या बाजारात मुले जनावरांप्रमाणे विकली जातात. चांगला माळव्याचा बैल आणि हरियाणाची म्हैस चांगल्या किमतीला विकली जाते. एवढा त्याग मुलाने मुलीच्या प्रेमासाठी केलाय. तरीही तो म्हणतो, रजिस्टर लग्न करूया, नंतर एक पार्टी करूया. आपण आर्यसमाजी आहात. तासाभराच्या अंतरावर आर्यसमाज मंदिरात वैदिक पद्धतीने लग्न लावून टाका. नंतर तीन-चार हजारात एक पार्टी देऊन टाका. मुलाला तर एक पैसुद्धा नको. मुलीचे कपडे वगैरे मिळून सात-आठ हजारात लग्न होऊन जाईल."

ते म्हणाले, "आपण अगदी योग्य बोललात. पण, नातेवाइकांना तरी बोलवावे लागेल आणि जेव्हा ते येतील, तेव्हा प्रतिष्ठेचा विचार करून सजावट, मेजवानी, प्रतिभेटी देणं, या गोष्टी कराव्याच लागतील."

मी त्यांना म्हटलं, "इथे तर आपले कुणीच नातेवाईक दिसत नाहीत! ते आहेत तरी कुठे?"

ते म्हणाले, "ते पंजाबात आहेत. पतियाळात जवळच्या नातेवाइकांची तीन घराणी आहेत. कुणी दिल्लीत आहेत. आग्र्यात आहेत."

मी म्हटलं, "जेव्हा पतियाळावासियांना आपलं निमंत्रण पोचेल, तेव्हा ते प्रथम आपल्याला दहा शिव्या देतील. इतकी गर्मी. उन्हाच्या कडकीने लोक मरू लागले आहेत. त्यात आणि इतका खर्च करून जबलपूरला जायचं. कुणी आजारी पडलं, तर आणि संकट. पतियाळा किंवा दिल्लीवाला निमंत्रण मिळाल्याने खूष होणार नाही. दुःखी होईल. निमंत्रणपत्र नाही मिळालं, तरच तो खूष होईल. मागाहून म्हणेल, 'आजकाल पोस्टात एवढा गोंधळ आहे ना! निमंत्रणच मिळालं नाही. नाही तर आम्ही आलो नाही, असं कधी झालंय?'

"मी सांगतो आपल्याला! नातेवाइकांचं निमंत्रणपत्र आलं तर मी घाबरून जातो. विचार करतो, जो ब्राह्मण अकरा रु.त शनीच्या साडेसातीवर उपाय शोधतो, पंचवीस रु.त सगोत्र विवाह करवतो, मंगळवाल्या मुलीचा मंगळ उचलून शुक्राच्या उजवीकडे फेकतो, तो, लग्नकाळ सप्टेंबरपासून मार्चपर्यंत सीमित का करत नाही? आणि मे-जूनच्या भयंकर उन्हाळ्यातील लग्नांत गडबड घोटाळा करून ती टाळत का नाही? तो करू शकतो. शिवाय ख्रिश्चन, मुसलमान यांच्यात मुहुर्ताशिवाय आणि पत्रिका पाहिल्याशिवाय लग्नं होतात. त्यांच्यात काय वधू-वर मरून जातात? आठ प्रकारच्या विवाहांमध्ये 'गांधर्वविवाह' म्हणून जो सांगितला आहे, तो काय प्रकार आहे? आजकाल जे घडतंय, तसाच तो प्रकार आहे. मुलगा मुलीस पळवून लग्न करतो. इकडे मुलीचा बाप रागारागाने पोलिसात रिपोर्ट करतो, की आमच्या अज्ञान मुलीला पळवून घेऊन गेला. पण, काही होत नाही. कारण मुलगी एस्. एस्. सी. चे सर्टिफिकेट घेऊन जाते. त्यात जन्मतारीख असतेच."

ते म्हणाले, "तुम्ही म्हणता, ते सगळं खरं आहे, पण नातेवाइकांत नाक कापलं जाईल!"

मी म्हटलं, "पतियाळाहून इतकं भाडं खर्च करून नाक कापायला कोणी येणार नाही. पतियाळात नाक कापलं गेलं, तर इथे कोण ते बघणार? पतियाळात नाक कापलं गेलं तर जाऊ दे."

ते थोडा वेळ गुपचूप बसले.

मी म्हटलं, "बघा, आपण म्हणत असाल, तर मी पुरोहित होऊन तासाभरात लग्न लावून देतो."

ते चकित झाले. म्हणाले, "लग्नाचा विधीही तुम्हाला करता येतो?"

मी म्हटलं, "हं! ब्राह्मणाचा मुलगा आहे. वडिलधाऱ्यांनी विचार केलेला असणार, मुलगा नालायक निघाला, काही कामधंदा करू शकला नाही, तर कमीत कमी सत्यनारायणाची कथा आणि विवाहविधी तरी शिकवू या. हे तर मी बाळपणीच शिकलोय."

मी पुढे म्हटलं, "शिवाय, आणखीही एक गोष्ट अशी, की आजकाल संस्कृत कुणाला कळतंय? भटजी काय म्हणतो, ते ऐकतं तरी कोण? ते तर फक्त 'अ' आणि 'अ:' एवढंच जाणतात. समजा मी अशा तऱ्हेने मंगलाष्टकं म्हटली, तरी कुणाच्या ते ध्यानातही येणार नाही. 'ओम् जॅक अँड जील वेंट अप् द हील: टू फेच ए पेल ऑफ वॉटरम्। ओम जॅक फेल डाऊन ॲण्ड ब्रोक हिज् क्राऊन ॲण्ड जिल: केम टम्बलिंग आफ्टरम्। कुर्यात सदा मंगलम्।' लोक यालाच वैदिक मंत्र समजतील."

ते हसू लागले.

मी म्हटलं, "मुलगा उत्तर प्रदेशातील कनौजचा. आपण पंजाबी खत्री. एकमेकांच्या

नातेवाइकांना कोणी ओळखत नाही. आपण माझा एक सल्ला माना. त्यामुळे कमी खर्चात सगळं होऊन जाईल आणि आपलं नाकही कापलं जाणार नाही. मुलाचे वडील नाहीत. मृत्यू पावले आहेत. आपण तासाभरात लग्न करून टाका. मग नातेवाइकांना पत्र लिहा, 'इकडे मुलाच्या वडलांना तीव्र हार्ट अ‍ॅटॅक आला होता. डॉक्टरांनी आशा सोडली होती. दोन-तीन तासांचीच त्यांची शाश्वती होती. त्यांनी इच्छा व्यक्त केली, की मृत्यूपूर्वी मुलाचं लग्न झालं, तर माझ्या आत्म्याला शांती लाभेल. त्यांच्या भावनेला मान देण्यासाठी आम्हाला लगेच लग्न लावावं लागलं. मुलगा मुलगी वधू-वराच्या वेशात त्यांच्यापुढे आले. त्यांनी त्यांच्या पायावर डोकं ठेवलं. त्यांनी, एवढंच म्हटलं, 'सुखी रहा.' आणि त्यांचं प्राणपाखरू उडून गेलं. या अडचणीमुळे आम्ही आपल्याला लग्नाला बोलवू शकलो नाही. आपण ही अडचण समजून घेऊन आम्हाला माफ कराल.' आपल्या जावयाच्या वडलांचा मृत्यू कधी झाला, हे कुणाला माहीत असणार?''

त्यांनी थोडा विचार केला. मग म्हणाले, ''युक्ती चांगली आहे, पण अशा तऱ्हेची धोकेबाजी करणं, मला काही योग्य वाटत नाही.''

थोडक्यात, मी काही त्यांना कामाचा माणूस वाटलो नाही.

दुसऱ्या दिवशी मी परगावी गेलो. दोन-तीन महिन्यांनी परत आलो, तेव्हा लोकांनी सांगितलं, त्यांनी सामान उधार घेऊन आणि कर्ज काढून लग्नकार्य केलं.

तीन-चार दिवसानंतर सावकार सकाळपासून तगादा करण्यासाठी येऊ लागले आणि त्यांचं नाक रोज थोडं थोडं कापलं जाऊ लागलं.

मी विचारलं, ''आता काय परिस्थिती आहे?''

लोक म्हणाले, ''आता सावकार येतात आणि कापायला नाकच उरलं नाही, म्हणून निराश होऊन परत जातात.''

मी गमतीने म्हणतो, ''सावकारांना सांगा, त्यांचं दुसरं नाक पतियाळ्यात पूर्णपणे ठेवलेलं आहे. हवं तर तिथे जाऊन कापा.''

मूळ रचना - दो नाकवाले लोग

❑

निंदा-रस

'क' अनेक महिन्यानंतर आले होते. सकाळी चहा पिऊन वर्तमानपत्र पाहत होतो, तर ते एखाद्या वावटळीसारखे खोलीत घुसले. चक्रीवादळाप्रमाणे मला आपल्या बाहूंमध्ये कवटाळलं. मला धृतराष्ट्राच्या बाहूंमध्ये जखडलेल्या भीमाच्या पुतळ्याची आठवण झाली. ती धृतराष्ट्राची पकड होती. आंधळ्या धृतराष्ट्राने विचारलं, 'कुठे आहे भीम? ये बेटा तुला हृदयाशी धरतो' आणि जेव्हा भीमाचा पुतळा त्याच्या पकडीत आला, तेव्हा त्या प्राणघातकी स्नेहाने त्याला कवटाळून त्याचं चूर्ण करून टाकलं.

अशा प्रसंगी मी नेहमी माझ्या पुतळ्याला पुढे करतो आणि मी बाजूला बघत उभा राहतो. 'क' ने मला गळामिठी घातली काय, मला स्नेहाने हृदयाशी कवटाळलं काय, मुळीच फरक पडत नाही. मी माझा पुतळाच त्याला दिला. पुतळा अशासाठी त्याच्या बाहूत सोपवला होता, की मला माहीत होतं, मी धृतराष्ट्राला भेटतोय. आदल्या रात्री एका मित्राने सांगितलं की, 'क' आपल्या सासुरवाडीला आला, आणि 'ग' बरोबर बसून संध्याकाळी दोन-तीन तास तुझी निंदा करत राहिला.' हे कळल्यानंतर, आज सकाळी जेव्हा 'क' माझ्या गळ्यात पडला, तेव्हा मी स्वत:ला माझ्या शरीरापासून गुपचूप अलग केलं आणि नि:स्नेह, काटेरी देह त्याच्या बाहूत सोडून दिला. भावनेला काटे असते, तर त्याला कळलं असतं, तो निवडुंगाला आपल्या हृदयाशी कवटाळतोय. लुच्चेगिरीचा धृतराष्ट्र जेव्हा आलिंगन देतो, तेव्हा पुतळाच पुढे पाठवायला हवा. पण माझा तो मित्र अभिनयकुशल आहे. त्याचे केवळ डोळेच भरून आले नाहीत, तर भेटीच्या हर्षोल्हासाची सारी चिन्हे प्रकट झाली. ते गाढ आत्मियतेने दिलेले आलिंगन, डोळ्यात तरळणारा तो असीम स्नेहभाव आणि स्नेहपूर्ण वाणी...

'क' म्हणाला, ''आज सकाळी गाडीतून उतरलो आणि लगेच तुला भेटायला आलो. आत्म्याचा एक भाग दुसऱ्या भागाला भेटायला आतुर होतो, तसंच अगदी वाटत होतं!'' आल्या आल्याच खोटं बोलला. कम्बख्त...कालच आलाय, हे माझ्या मित्राने मला सांगितलं होतं. या खोटं बोलण्यामागे त्याचं खास असं प्रयोजन असेल, असं नाही. काही लोक मोठे निर्दोष मिथ्यावादी असतात. ते सवयीनुसार,

स्वभावानुसार खोटं बोलतात. त्यांच्या तोंडून विनासायास, विनाप्रयोजन खोटंच बाहेर पडतं. माझे एक नातेवाईक असे आहेत. ते मुंबईला जात असले, आणि त्यांना विचारलं, तर सांगतील, "कलकत्याला चाललोय." खरी गोष्ट त्यांच्या तोंडून बाहेर पडूच शकत नाही. 'क' सुद्धा मोठा निर्दोष, सहज, स्वाभाविक मिथ्यावादी आहे.

तो बसला. कधी आलास, कसा आहेस, वगैरे झाल्यानंतर त्याने 'ग'ची निंदा करायला सुरुवात केली. माणसाने ज्या ज्या गोष्टी करणं त्याज्य आहे. त्या सगळ्या गोष्टींचा आरोप 'ग'वर करून त्याने अशा गडद काळ्या डांबराने त्याचं चित्र रेखाटलं, माझा तर अशा विचाराने थरकाप झाला की काल संध्याकाळी याने माझं असंच चित्र रेखाटलं असणार.

सकाळच्या गप्पा-टप्पांच्या अजेंड्यावर 'ग' हा प्रमुख विषय होता. त्यानंतर ज्या ज्या परिचितांबद्दल बोलणं निघालं, त्या प्रत्येकाला चार-सहा वाक्यात गुंडाळून तो पुढे निघायचा.

माझा हा मित्र अगदी अद्भुत आहे. त्याच्याजवळ दोषांचा 'कॅटलॉग' आहे. मी विचार केला, जर हा प्रत्येक परिचिताचीच निंदा करत असेल, तर मी हातासरशी आपल्या विरोधकांची दुर्दशा त्याच्याकडून का करून घेऊ नये? मी माझ्या विरोधकांचं नाव घेत चाललो आणि तो निंदेच्या तलवारीने त्यांना मारत चालला. लाकडं चिरण्याच्या करवतीखाली मजूर लाकूड सरकवत जातो आणि ती चिरत जाते, तसं मी एकेक करत विरोधकाचं नाव सरकवत चाललो. तो त्यांना कापत चालला. 'अमुक खुशामतखोर आहे...अमुक नंबर एकचा व्यभिचारी आहे...अमुक आपल्या पत्नीला वरिष्ठांकडे पाठवून आपली प्रगती साधत असतो...' कसला आनंद हा! शत्रूला रणक्षेत्रात एका पाठोपाठ एक पडताना पाहून योद्ध्याला असंच सुख मिळत असेल.

माझ्या मनात, आदल्या रात्रीच्या बाबतीत, निंदकाबद्दल काहीच किल्मिष उरलं नाही. दोघं एक झालो. रात्रीच्या अंधारात भेद नाहीसा होतो. दिवसाच्या उजेडात भेद स्पष्ट होतो. निंदेचाही असाच भेदनाशक अंधार असतो. तीन-चार तासानंतर तो जेव्हा निघाला, तेव्हा आमच्या मनात अशी शांती-तुष्टी होती, जशी चर्चमधून बाहेर पडणाऱ्या धार्मिक ख्रिश्चनाच्या मनात असते.

निंदेचा असाच महिमा आहे. दोन चार निंदकांना एका जागी बसून निंदेत निमग्न होताना बघावं आणि दोघं चौघं बसून रामनाम घेतानाची त्यांच्याशी तुलना करावी. निंदकाइतकी एकाग्रता, परस्परआत्मीयता, निमग्नता भक्तांमध्ये मिळणं दुर्लभ आहे. यासाठीच संतांनी 'निंदकाचे घर असावे शेजारी' असा सल्ला दिला आहे.

काही 'मिशनरी' निंदक मी पाहिले आहेत. त्यांचं कुणाशी वैर नसतं. दोष नसतो. ते कुणाचं वाईट चिंतीत नाहीत; पण चोवीस तास निंदा-कर्मात अत्यंत

पवित्र भावाने लागलेले असतात. ते ज्या आनंदाने शत्रूची टोपी उडवतात, त्याच आनंदाने प्रसंगी आपल्या बापाचीही टोपी उडवतात. त्यावरूनच त्यांची नितांत निर्लिप्तता, निष्पक्षता लक्षात येते. निंदा त्यांच्यासाठी 'टॉनिक' असते. आमची एक म्हातारी शेजारीण आजारी पडली होती. आमच्याकडून पाणी मागून पीत होती. उठवत नव्हतं. कुणीतरी सहज येऊन म्हटलं. ''शेजारच्या डॉक्टरसाहेबांची मुलगी कुणाचा तरी हात धरून पळून गेली!'' बस्स! म्हातारी एकदम उठली. खोकत खोकत दोन-चार शेजाऱ्यांना ही शुभ-वार्ता आपल्या व्यक्तिगत टीका-टिप्पणीसह ऐकवून आली. त्या दिवसापासून तिची प्रकृती सुधारू लागली.

'ट्रेड युनियन'च्या या जमान्यात निंदकांचे संघ बनले आहेत. संघाचे सदस्य कुठून कुठून बातम्या आणतात आणि आपल्या संघनायकाकडे सोपवतात. हा झाला कच्चा माल. आता नेता त्याचा पक्का माल बनवेल आणि सदस्यांकडे, 'बहुजन हिताय' फुकट वाटण्यासाठी देईल. उत्पादनाच्या या प्रक्रियेचे अशा तऱ्हेने स्पष्टीकरण करता येईल– एका सदस्याने सांगितलं, की 'विमल आणि नरेंद्रने गुपचूप लग्न केलं.' आता जो पक्का माल बनेल, तो असा असेल, 'विमल पाच-सहा महिन्यांची गर्भवती होती. त्यामुळे घाबरून झटकन विवाह केला.' अर्थात हे फुरसतीचे काम आहे. त्यामुळे ज्यांच्याकडे करण्यासारखं दुसरं काही नसतं, ते हे काम मोठ्या खुबीने करतात. एक दिवस अशाच एका संघाच्या अध्यक्षाने सांगितलं. ''दोस्ता, आजकाल लोक तुझ्याबद्दल फर वाईट-साईट बोलतात.'' मी म्हटलं, ''आपल्याबद्दल मला कुणीच काही वाईट सांगत नाही. लोकांना माहीत आहे, आपल्या कानाच्या उकिरड्यावर अशा तऱ्हेचा कचरा सहजपणे फेकता येईल.''

निंदा, ईर्ष्या, द्वेषाने प्रेरितही होऊ शकते. पण 'मिशनरी' भावाने केलेल्या निंदेत जी मजा असते ती या प्रकारच्या निंदेत येऊ शकत नाही. या प्रकारचा निंदक मोठा दु:खी असतो. ईर्ष्या, द्वेषात तो चोवीस तास जळत असतो आणि निंदेचे पाणी शिंपडून काही प्रमाणात शांतीचा अनुभव घेतो. असा निंदक मोठा दयनीय असतो. आपल्या अक्षमतेने पीडित असलेला तो, दुसऱ्याच्या सक्षमतेचा चंद्र पाहून सारी रात्र कुत्र्यासारखा भुंकत असतो. ईर्ष्या, द्वेषाने पीडित निंदा करणाऱ्याला कुठल्याही प्रकारे दंड-शिक्षा करण्याची गरज नाही. तो बिचारा स्वत:च दंडित होत असतो. आपण आरामात झोपा. तो मत्सराने जळत सारी रात्र झोपू शकत नाही. त्याला आणखी कोणता दंड हवा? निरंतर चांगलं काम करण्याने त्याची शिक्षा अधिक कडक होईल. जसं एका कवीने, एक कविता लिहिली. ईर्ष्याग्रस्त निंदकाला दु:ख होईल. आता आणखी एक चांगली कविता लिहिली, तर त्याच्या दु:खाची तीव्रता दुप्पट होईल.

निंदेचा उगमच क्षुद्रता आणि दुर्बलतेतून होतो. मनुष्य आपल्या क्षुद्रतेने दबतो.

तो दुसऱ्याची निंदा करत असा अनुभव घेतो, की ते सगळे निकृष्ट आहेत आणि तो त्यांच्यापेक्षा चांगला आहे. त्याचा अहंकार सुखावतो. मोठी रेघ थोडीशी पुसून छोटी रेघ मोठी होते. जसं जसं कर्म क्षीण होत जातं, तसतशी निंदेची प्रवृत्ती वाढते. कठीण कर्मच, ईर्ष्या, द्वेष आणि त्यातून उत्पन्न झालेल्या निंदेला मारतं. इंद्र मोठा ईर्ष्याळू आहे, असं मानलं जातं, कारण तो रिकामटेकडा आहे. स्वर्गात देवतांना धान्य न उगवताच अन्न, स्वत: निर्माण न करताच महाल आणि न लावताच फळं मिळतात. अकर्मण्यतेनं त्यांना अप्रतिष्ठित होण्याची भीती वाटत राहते. त्यामुळेच कर्म करणाऱ्या मनुष्यांची त्यांना ईर्ष्या वाटू लागते.

निंदा काही लोकांचे भांडवल असते. या भांडवलाच्या बळावर ते मोठा लंबाचौडा व्यापार पसरवतात. अनेक लोकांची प्रतिष्ठा-रिस्पेक्टेबिलिटी दुसऱ्यांच्या कलंक-कथांच्या पारायणावर आधारित असते. मोठे रस-विभोर होऊन ते ज्याच्या त्याच्या, सत्य, कल्पित कलंककथा ऐकवतात आणि स्वत:ला पूर्ण संत समजण्या-समजावण्याच्या तुष्टतेचा अनुभव घेतात. आपण त्यांच्याजवळ बसा आणि ऐका, "मोठा वाईट काळ आलाय ! तुम्ही ऐकलंत...फलाणा...अमुक तमुक..." आपल्या चरित्राकडे नजर वळवून बघण्याची यांना फुरसत नसते. चेकॉव्हची एक कथा आठवते आहे. एक स्त्री कुणा मैत्रिणीच्या पतीची निंदा आपल्या पतीजवळ करत होती. "तो मोठा भामटा आणि दगाबाज माणूस आहे. बेइमानीने पैसा कमावतो. मी तिच्याजागी असते, तर अशा पतीचा त्याग केला असता." तेव्हा तिचा पती तिच्यापुढे रहस्यभेद करतो, की त्याने स्वत:ही बेइमानीनेच इतका पैसा कमावला आहे. ते ऐकून ती स्त्री स्तब्ध होते. तिने आपल्या पतीचा त्याग केला का? होय! ती दुसऱ्या खोलीत निघून गेली.

कधी कधी असंही होतं की जे करण्याची क्षमता आमच्यात नसते, ते दुसरं कुणी करताना पाहिलं की आमच्या पिळपिळीत अहंकाराला धक्का लागतो. आम्हाला क्षुद्रतेने ग्लानी येते. तेव्हा आम्ही त्याची निंदा करून, त्याच्यापेक्षा स्वत:ला चांगला समजून संतुष्ट होतो.

त्या मित्राच्या भेटीनंतर दहा-बारा तासांनी हे सगळं मनात आलं. आता काहीसा तटस्थ झालोय. सकाळी त्याच्याबरोबर बसलो होतो, तेव्हा निंदेच्या काळ्या सागरात डुबक्या घेत होतो. क्रीडा करत होतो. मोठा रस आहे ना निंदेत ? सूरदासांनी म्हणूनच म्हटलंय... 'निंदा सबद रसाल.' (निंदा शब्द रसाळ)

मूळ रचना - निंदा सबद रसाल

❑

प्रायव्हेट कॉलेजचे घोषणापत्र

(एक पार्टी एक कॉलेज स्थापन करणार आहे. त्यांचं एक घोषणापत्र वर्तमानपत्रात छापलं गेलं होतं. परंतु हिशेबाच्या वह्यांप्रमाणे त्या पार्टीने घोषणापत्रंही दोन बनवली होती. दुसरं घोषणापत्र खऱ्या हिशेबाच्या वहीत ठेवलेलं होतं चुकून ते लेखकाच्या हाती लागलं. त्याची नक्कल इथे देत आहोत. ... लेखक)

॥ श्रीलक्ष्मीदेवी प्रसन्न ॥

आम्ही बाबूलाल छोटेलाल पेढीचे विद्यमान मालक, आमच्या सुप्रसिद्ध पेढीची एक नवीन शाखा उघडत आहोत.

या शाखेचे नाव 'गोवर्धनदास कॉलेज' असेल. गोवर्धनदास आमचे पूज्य पिताजी होते, ही गोष्ट सर्वश्रुत आहे. ते आता या जगात नाहीत. त्यामुळे आमच्या पेढीशिवाय बाकी सगळं आम्हाला अर्थशून्य वाटतं.

शिक्षणाच्या धंद्यात सिमेंट, साखरेच्या धंद्याइतका फायदा नाही, हे आम्ही जाणतो. त्यामुळे शिक्षणाचं दुकान उघडणं म्हणजे - आमचे व्यापारी बंधू मूर्खपणाच समजणार. ते म्हणतील, 'कॉलेज कशाला सुरू करतोस? त्या पैशात साखरेचा स्टॉक का नाही करून ठेवत?'

त्यांचं म्हणणं ठीकच आहे. पण, थोडी आध्यात्मिक भावनाही आमच्या हृदयात आहे. नरदेह चौऱ्याऐंशी कोटी योनीनंतर प्राप्त होतो. पुराणातून असंच लिहिलंय. म्हणून जीवनात स्वार्थ आणि परमार्थ दोन्ही साधायला हवं. परमार्थ काय आहे? काही तरी असं काम, ज्यामुळे लोक आम्हाला दानशूर, त्यागी आणि समाजसेवक समजतील! त्यामुळे यश मिळेल. यश हाच परमार्थ आहे. आम्हाला एक तरी काम असं करायला हवं, की ज्यामुळे आमचं नाव अमर राहील.

आमच्या दिवंगत पिताजींना अमर होण्याची मोठी लालसा होती; पण आपल्या आयुष्यात ते अमर होण्याची व्यवस्था करू शकले नाहीत. कारण ते पेढीच्या कामात नेहमीच व्यग्र असायचे. आता ती जबाबदारी आमच्या शिरावर आहे. आम्ही पिताजींना अमर करू इच्छितो.

प्रथम आम्ही उन्हाळ्याच्या दिवसात पाणपोई उघडत होतो. स्टेशनजवळील

चौकातली ‘गोवर्धनदास पाणपोई’ लोक विसरले नसतील; पण आम्ही असं पाहिलं, की पाणपोईमुळे आमच्या स्वर्गीय पिताजींचं नाव फक्त उन्हाळ्याच्या दिवसातच स्मरणात राहतं. बाकीचे दहा महिने लोक ते विसरून जातात. जे पाणपोईतील पाणी पिऊन जिवंत राहिले त्यांनाही आठवत नाही, की वैशाखात आमच्या पिताजींनीच त्यांच्यावर उपकार केले होते. लोक मोठे कृतघ्न असतात.

पाणपोईमुळे पिताजी बारा महिने आणि शतकानुशतकं अमर होऊ शकत नाहीत. हां, आता त्याला खर्च कमी येतो, हा भाग वेगळा. पण, काटकसर करण्याने आणि फायद्याचा विचार करून कधी कुणाला अमरत्व मिळालंय? आम्ही विचार केला, त्यांच्या नावाने एक धर्मशाळा उघडावी. जोपर्यंत इमारत राहील, तोपर्यंत त्यांचं नाव राहीलच; पण कालांतराने ती जमीनदोस्त झाली, तर भविष्यात पुरातत्त्ववेत्ते त्याचे अवशेष उकरून काढतील आणि पिताजींचे नाव कायमचे इतिहासजमा होईल.

काही शहाण्यांनी समजावलं, समाजवाद सध्या जोर धरतोय. पुढचा काळ मोठा वाईट येतोय. जर समाजवाद आला, तर कुणी दीन, दुःखी, भिकारी उरणारच नाहीत. मग तुमच्या धर्मशाळेत उतरणार कोण? तुमच्या पिताजींची आठवण ठेवणार तरी कोण? शेवटी खूप विचार करून आम्ही कॉलेज उघडायचे ठरवले.

कॉलेज उघडल्यावर आमच्या घराण्याला लागलेला एक कलंकही धुऊन जाईल. आमचे पूज्य पिताजी शिकलेले नव्हते. ज्यांनी या पेढीची एवढी भरभराट केली, ती व्यक्ती अशिक्षित असावी, ही मोठी शरमेची गोष्ट आहे. पण, पुढची पिढी जेव्हा त्यांच्या नावाचे कॉलेज पाहील, तेव्हा असेच समजेल, की गोवर्धनदास शतकातील महान विद्वान, शिक्षणतज्ज्ञ होऊन गेले असणार! हा फायदा धर्मशाळा किंवा अनाथाश्रम उघडून होणार नाही.

या कॉलेजच्या स्थापनेसाठी आम्ही पाच लाख रुपयांची देणगी दिली. अर्थात प्रत्यक्षात आमचे चाळीस टक्के रुपयेच गेले. हे रहस्य फारच थोड्यांना समजणार. साठ टक्के तर इन्कमटॅक्ससाठी तसेच गेले असते. चाळीस टक्क्यात पाच लाख रुपये दिल्याचं श्रेय विकत घेणं, हे आमच्या परमपूज्य पिताजींच्या पवित्र स्मृतीस अनुकूल असंच झालं.

आम्ही दुसऱ्या व्यापारी बंधूकडे गेलो व म्हटले, ‘आमच्या पिताजींना अमर करण्याच्या कार्यास आपणही मदतीचा हात द्या.’ त्यांनीही आनंदाने पैसे दिले. कारण आज आमच्या वडिलांचं काम अडकलं, उद्या त्यांच्या बापाचंही अडकू शकतं.

अशा तऱ्हेने आठ लाख रुपये एकत्र करून आम्ही शिक्षणमंत्र्यांकडे गेलो. शिक्षणमंत्र्यांचे आजोबा आमच्या आजोबांच्या दुकानात कारकून होते. ते जेव्हा ही गोष्ट विसरतात, तेव्हा आम्ही त्यांना या गोष्टीची आठवण देतो. मागच्या निवडणुकीत आम्ही आमच्या सर्व जाती बांधवांची मते शिक्षणमंत्र्यांना मिळवून दिली होती. आम्ही त्यांच्यापुढे अमर होण्याची योजना ठेवली, आणि म्हटले, ‘या योजनेला मूर्त

रूप यायला थोडे पैसे कमी पडतात.' शिक्षणमंत्री म्हणाले, ते मला माझ्या वडिलांच्या जागीच होते. मला पुन्हा त्याच भागातून निवडणूक लढवायची आहे. त्यांचा आशीर्वाद हवाच! मीही त्यांना अमर करण्याचा विचार करत होतो. त्यांच्या नावाने एखादे विद्यापीठ स्थापन करण्याचे ठरवत होतो. आपण जर एका कॉलेजवर संतुष्ट असाल, तर मी सरकारच्या वतीने त्यांच्या स्मरणार्थ आठ-दहा लाख रुपये देईन आणि त्यांचं हे स्मारक बनवीन.'

अशा तऱ्हेने चाळीस हजाराच्या भांडवलावर, सतरा-अठरा लाखाच्या संस्थेवर पिताजींचा कब्जा राहील. त्यांचा देह नष्ट झालाय. पण, गीतेत जसं म्हटलंय, की आत्मा नष्ट होत नाही, तसा त्यांचा आत्मा आताही त्याच व्यावसायिक कुशलतेने कार्य करत राहील.

संस्थेचे काम योग्य पद्धतीने चालले पाहिजे. आम्ही तिला एक आदर्श संस्था बनवू इच्छितो. याच उद्देशाने आम्ही तिच्या संचालनासाठी काही नियम आणि सिद्धान्त बनवले आहेत. त्यांचं पालन होणं अत्यावश्यक आहे. खाली आम्ही ते सिद्धान्त देत आहोत...

(१) कॉलेजची इमारत बांधण्याचं कॉंट्रॅक्ट आमच्या आत्तोबांनाच दिले जाईल. पिताजींच्या स्मृतीशी प्रामाणिक राहण्यासाठी हे आवश्यक आहे. त्यांनी वर्गणी गोळा करून शिवमंदिर बनवलं होतं, त्याचं कॉंट्रॅक्टही आमच्या आत्तोबांनाच दिलं होतं.

(२) इमारत बांधणीत जरी सरकारने हस्तक्षेप केला व इमारत बांधणीचा ठेका शिक्षणमंत्र्यांच्या मेहुण्याला दिला, तरी चुना सिमेंट इ. बांधकाम साहित्याची खरेदी तरी आमच्याकडूनच व्हायला हवी.

(३) इमारतीचं बांधकाम चालू असताना, जर आमच्या घराचं बांधकाम निघालं, तर त्याच्या बांधकामासाठी कॉलेजच्या बांधकामातील साहित्याचा वापर करता येईल, कारण कंपनी एकच आहे.

(४) जोपर्यंत आमच्या मामाचं स्टेशनरीचं दुकान आहे, तोपर्यंत कॉलेजला लागणारी सारी स्टेशनरी त्यांच्या दुकानातूनच घ्यावी लागेल. आमच्या पिताजींचं आमच्या मामावर खूप प्रेम होतं व पिताजींनीच हे दुकान त्यांना उघडून दिलं होतं. जर दुसऱ्या कुठल्या दुकानात स्टेशनरी घेतली, तर पिताजींच्या आत्म्याला क्लेश होतील.

(५) कॉलेजच्या बागेत नारळ, आंबे, पेरू, चिक्कू इ. ची झाडे लावली जातील आणि त्यांची फळे आमच्या घरी पाठवली जातील. ही जबाबदारी प्रिन्सिपॉलची राहील. यात चूक झाली, तर प्रिन्सिपॉलविरुद्ध शिस्तभंगाची कारवाई केली जाईल.

(६) आमच्या घरात जेव्हा कुणाचं लग्न-कार्य असेल, तेव्हा कॉलेजची इमारत रिकामी करून आमच्या पाहुण्यांना राहण्यासाठी द्यावी लागेल. वीज, फोन इ. चं बिल कॉलेजखर्चातून द्यावं लागेल.

(७) कॉलेजच्या व्यवस्थापन समितीचे अध्यक्ष आम्ही असू. आमच्यानंतर आमचा मुलगा अध्यक्ष असेल. हीच परंपरा पुढेही चालू राहील. आमच्या आईचे व वडिलांचे नातेवाईक समितीचे इतर सदस्य असतील.

(८) समितीचे इतर सदस्य असे असतील, ज्यांचा विद्येशी दुरान्वयानेच संबंध असेल. विद्वान मंडळी साखरेची साल काढून गडबड गोंधळ करतात. हे एक व्यावसायिक प्रतिष्ठान आहे. त्यामुळे हे चालवण्यात व्यापारी वर्गाचाच अधिक हात राहील.

(९) हे कॉलेज म्हणजे आमच्या पेढीची एक शाखा आहे, हे सुरुवातीलाच स्पष्ट केलंय. त्यामुळे प्रिन्सिपॉलचा दर्जा आमच्या मुख्य मुनीमाच्या बरोबरीचा राहील आणि बाकीच्या प्राध्यापकांना आमचे मुनीम समजलं जाईल.

(१०) प्रिन्सिपॉलला दररोज आमच्या दुकानावर येऊन दंडवत घालावं लागेल. ज्या दिवशी तो येणार नाही, त्या दिवशीचा त्याचा पगार कापून घेतला जाईल. वर्षात पंधरा दिवस तो न आल्यास त्याला काढून टाकलं जाईल.

(११) प्रत्येक प्राध्यापकाला आमच्या घरी आठवड्यातून एकदा तरी दंडवत घालायला यावं लागेल. जो रोज येईल, त्याला प्रिन्सिपॉल होण्याची संधी अधिक राहील.

(१२) शिपायाला अर्धा वेळ कॉलेजचं व अर्धा वेळ दुकानचं काम करावं लागेल. त्याबद्दल त्याने नाराजी दाखवून चालणार नाही. कारण कंपनी एकच आहे.

(१३) आमच्या घराण्यातील प्रत्येक मुला-मुलीच्या शिक्षणाचा सारा भार कॉलेजच्या स्टाफवर राहील. त्यांना घरी येऊन फुकट शिकवणी घ्यावी लागेल. त्याचप्रमाणे परीक्षेपूर्वी पेपर दाखवण्यापासून ते परीक्षेत मार्क वाढवण्यापर्यंतचं काम त्यांना करावं लागेल.

(१४) प्रोफेसराचं मुख्य काम शिकवायचं नाही, तर आमच्याकडे येऊन आमची खुशामत करायची आणि इतर सहकाऱ्यांच्या चुगल्या करायच्या. चहाड्या-चुगल्या ऐकायला तर आमची अर्ध्या रात्रीही तयारी असते.

(१५) जर आमच्या परिवारात असा कुणी नालायक मुलगा निघाला, चांगल्या प्रकारे तो धंदा करू शकला नाही, तर त्याला प्राध्यापक बनवावं लागेल.

आम्ही पूर्ण शुद्धीवर असताना आणि आमच्या मर्जीने या घोषणा करत आहोत. आम्हाला आशा आहे, की आम्हाला सगळीजणं मदत करतील, ज्यायोगे हे कॉलेज म्हणजे एक आदर्श संस्था होईल.

बाकी चूक-भूल देणे घेणे!

मूळ रचना - प्राइव्हेट कॉलेज का घोषणापत्र

❑

आडवाटेचा जमाना

मी पुन्हा इमानदार बनण्याचा प्रयत्न केला आणि पुन्हा असफल झालो.

एका सज्जनाने मला सांगितलं की माझ्या एका परिचित अध्यापकाला सांगून त्याच्या मुलाचे मार्क वाढवावेत. एरवी मी त्याचं काम केलं असतं, परंतु खूप कालावधीनंतर मला प्रामाणिकपणाची आठवण झाली होती आणि मी अगदी पूर्णपणे प्रामाणिक बनण्याची प्रतिज्ञा केली होती. त्या सज्जनांचं बोलणं ऐकून मला जुन्या कथा आठवल्या आणि मी विचार केला, की मी प्रतिज्ञा करतो न करतो तोच, हे इंद्र किंवा विष्णू माझी परीक्षा घेण्यासाठी इथे येऊन पोहोचले की काय? या जमान्यात कुणी दीर्घ काळ तपस्या करेल यावर त्यांचा विश्वास नाही. चार गोष्टी लिहून लोक युगप्रवर्तकाच्या यादीत आपलं नाव शोधू लागतात. त्यामुळे हे देव आता तपस्या सुरू होताच परीक्षा घेण्यासाठी येऊन पोहोचतात.

मी त्यांना मनातल्या मनात प्रणाम केला आणि प्रत्यक्षात म्हटलं, ''मी हे सगळं अनुचित आणि अनैतिक मानतो. मी हे काम करणार नाही.''

मला आशा होती, की आता ते आपल्या मूळ देवस्वरूपात प्रकट होतील आणि म्हणतील, ''वत्सा, तू परीक्षेत उतरलास, बोल तुला काय हवं? आम्ही वर देण्याच्या 'मूड' मध्ये आहोत. बोल, हिन्दी साहित्याच्या इतिहासात तुझ्यावर एक प्रकरण लिहवू? का कुणा समीक्षकाला तुझ्या घरी पाणी भरण्याची ड्युटी लावू?''

ते मूळ स्वरूपात आले, पण ते रूप प्रसन्न नव्हतं. रोषपूर्ण होतं. बडबडत ते निघून गेले. मी ऐकलं, ते लोकांना माझ्याबद्दल सांगत होते, ''आजकाल तो साला मोठा प्रामाणिक बनलाय.''

मी ज्यांना देव समजत होतो, तो तर साधा माणूस निघाला. मी माझ्या आत्म्याला विचारलं. ''हे आत्म्या तूच सांग, शिव्या खाऊन आणि बदनामी करून घेऊन मी इमानदार बनून राहू?''

आत्म्याने उत्तर दिलं, ''नाही. तशी काही जरुरी नाही. इतकी घाई काय आहे? पुढे काळ बदलेल, तेव्हा इमानदार बन. ''

माझा आत्मा कधी कधी अगदी योग्य रीतीनं गुंत्याची उकल करतो. चांगला

आत्मा 'फोल्डिंग' खुर्चीसारखा असायला हवा. गरज लागली तर उघडून बसावं. नाही तर मिटवून कोपऱ्यात उभी करून ठेवावी. जेव्हा कधी आत्मा मला अडवतो. तेंव्हा मला जुन्या पुराण्या कथांची आठवण होते. या जुन्या कथांमधील राक्षस आपला आत्मा दूरच्या पहाडावरील एखाद्या पोपटात का ठेवत होते? ते त्यापासून मुक्त होऊन बिनदिक्कतपणे राक्षसी काम करू शकत होते. देव आणि दानव यात अजूनही हाच फरक आहे. एकाचा आत्मा त्याच्याजवळच असतो आणि दुसऱ्याचा त्याच्यापासून दूर.

मी अशी काही माणसे पाहिली आहेत, ज्यांच्यापैकी काहींनी आपला आत्मा कुत्र्यात ठेवला आहे, काहींनी डुकरात, आता तर जनावरांनीही ही विद्या शिकून घेतलीय आणि काही कुत्री आणि डुकरे आपला आत्मा काही काही माणसांमध्ये ठेवतात.

आत्मा म्हणाला, तेव्हा मी प्रामाणिक बनण्याचा इरादा सोडून दिला.

राधेश्यामनेही असा प्रयत्न केला होता आणि तोही त्या प्रयत्नात अयशस्वी झाला होता. त्याचं एक छोटंसं दुकान होतं. त्याने विक्रीच्या पै-पैशाचा अगदी खरा हिशेब ठेवला आणि विक्री-कराच्या कार्यालयात घेऊन गेला. तिथे त्याला सांगण्यात आलं, हिशेब खोटा आहे. तेव्हा त्याला खरा हिशेब खरा ठरवण्यासाठी लाच द्यावी लागली. खऱ्यासाठी लाच देण्यापेक्षा खोट्यासाठी लाच देणं जास्त चांगलं ना! इतका महाग प्रामाणिकपणा आपल्या कुवतीच्या बाहेरचा आहे. यापेक्षा अप्रामाणिकपणा जास्त स्वस्त आहे.

एक स्त्री नोकरीसाठी एका मोठ्या माणसाकडे चारित्र्याचे प्रमाणपत्र मागण्यासाठी गेली. त्या मोठ्या माणसाने तिला प्रथम आपल्या शयनकक्षात घेऊन जाण्याची इच्छा धरली आणि मगच चारित्र्याचे प्रमाणपत्र द्यायचं ठरवलं. प्रथम देव माणसं होऊन फसवत होते. आता माणूस देव बनून फसवतो.

प्रत्येक सत्याच्या हातात खोट्याचं प्रमाणपत्र असलेलं दिसतं. प्रामाणिकपणाजवळ अप्रामाणिकपणाने केलेल्या शिफारशीची चिठ्ठी नसेल, तर कुणी त्याला दोन पैशालासुद्धा विचारणार नाही. हाच सगळा विचार करून मी शिथिल झालो. आता मी मोकळेपणाने मार्क वाढवू शकतो.

या दिवसांत मला खूप स्नेही भेटतात. जे कधी वर्षा-दोन वर्षांतून एखाद्या वेळीच भेटतात, त्यांना आलेलं बघताच लक्षात येतं, ते कोणत्या कामासाठी आलेले आहेत. मौसम पाहून मी येणाऱ्याचं काम काय, ते सांगू शकतो. जुलैच्या पहिल्या आठवड्यात; जेव्हा मेघ दाटून आलेले असतात; धरतीने हिरवी ओढणी धारण केलेली असते; आसपास मोर, चातकांचे स्वर गुंजत असतात; निग्रो सुंदरीच्या दाताप्रमाणे वीज चमकत असते अशा सुरेख समयी कुणी अनेक

महिन्यानंतर आलेलं पाहिलं, की लक्षात येतं, हे काही गीत गाण्यासाठी आलेले नाहीत. आपल्या मुलांना शाळेत घालण्यासाठी मदत मागायला आले आहेत.

इकडे 'मार्च'मध्ये जो येतो तो मार्क वाढवण्यासाठी किंवा 'पेपर आऊट' करून घेण्यासाठी येतो. गोष्ट अशी आहे, की साऱ्या तुकड्यांची 'सिलॅबस' आणि 'प्रॉस्पेक्टस' चुकीची आहेत. त्यात ज्यांची जरुरी आहे अशा त्या दोन कागदांचा उल्लेख असत नाही. एक कागद सुरुवातीचा आणि एक कागद शेवटचा. पहिला कागद 'पेपर आऊट' करण्याचा असतो आणि शेवटचा 'मार्क वाढवण्याचा' जो या कागदांचा नीट अभ्यास करतो तो पास होतो. फर्स्ट क्लाससुद्धा मिळवू शकतो. हे कागद म्हणजे प्रश्नपत्रिका. काही विद्यार्थी, त्या स्वत:च तयार करतात. ते विद्यार्थी प्रतिभावान असतात आणि त्यांचं भविष्य उज्ज्वल असतं. काहींचे पालक या प्रश्नपत्रिका तयार करतात. अशा दुसऱ्याच्या तोंडाकडे पाहणाऱ्या विद्यार्थ्यांचं भविष्य संदिग्ध आहे. त्यांच्यापेक्षा त्यांच्या पालकांचं, काही तरी बरं भविष्य आहे, असं म्हणायला हवं.

अध्यापकांशी संबंध असल्यामुळे माझ्याकडे दोन्ही पक्षाचे लोक येतात. काल जे आले होते, ते एका लग्नात, दोन वर्षांपूर्वी पहिले आणि शेवटचे भेटले होते. मला कल्पना नव्हती. त्या छोट्याशा परिचयातून त्यांना माझ्याबद्दल इतकी आत्मीयता वाटू लागली होती, की भाऊ परीक्षेला बसतोय म्हटल्यावर त्यांना माझी आठवण सतावू लागली. विरहिणीला पाऊसकाळात आपल्या प्रियाची आठवण सतावते. परीक्षेच्या मौसमातही काही लोकांचा विरह जागा होतो आणि त्यांना काही विशेष परिचितांची आठवण सतावू लागते.

ते सांगू लागले, "अमुक प्रोफेसर आपले मित्र आहेत. त्यांनी प्रश्नपत्रिका काढलीय. काही हिंट द्यायला सांगा नं!" मी विचार केला, कुणाशी मैत्री आहे, तर त्याचा एवढाच उपयोग आहे, की जेव्हा, जरूर पडेल, तेव्हा त्याच्याकडून चुकीचं काम करून घ्यावं? कुणी असं म्हणत नाही की अमुक आपला शत्रू आहे. तर त्याच्याकडून 'पेपर आऊट' करून त्या साल्याचं इमान बिघडवा. नाही. शत्रू सगळे सुरक्षित आहेत. इमान नेहमी मित्राचं बिघडवलं जातं.

या सगळ्या, प्रश्नपत्रिका फोडणाऱ्या आणि मार्क वाढवणाऱ्या लोकांना हसताही येत नाही. त्यांच्यातील बहुतेक सारे दयेला पात्र आहेत. हे अतिशय त्रासलेले आणि भयभीत झालेले असतात. कुणाला वाटतं, मुलगा पास झाला, तर त्याला नोकरी लावता येईल. त्यामुळे कुटुंबाची दुर्दशा थोडीशी कमी होईल. कुणाला वाटतं, मुलगा नापास झाला, तर वर्षभर त्याचा अभ्यासाचा खर्च कसा चालवायचा? कुणाला वाटत असतं, मुलगी पास झाली तर तिचं लग्न करून थोडंसं ओझं हलकं करता येईल. खूप दु:खी कष्टी असतात हे लोक. यात काही

लोक तर इतके दीन असतात की वाटतं आधी त्यांच्या गळ्यात पडून रडून घ्यावं.

माझ्या वैतागाचं कारण दुसरंच आहे. हे आता बेधडक, नि:संकोचपणे, निर्लज्जपणे काम करू लागले आहेत. दहा वर्षांपूर्वीही मी हे काम करून देत होतो. मार्क वाढवून द्या म्हणणारे, घाबरत-चाचरत, लाजत-संकोचत त्याबद्दल बोलायचे. लोक सहजपणे तसं बोलत नसत. त्यावेळी लपून छपून अशी चिठ्ठी यायची, 'आपला दोस्त, रमेशचंद्रचा भाऊ सुरेशची मोटरसायकल, ज्यावर इंग्रजीत नंबर २४३१ लिहिलेला आहे, ती बिघडली आहे. ती आपले मित्र सिन्हा यांच्याकडे दुरुस्तीसाठी गेलीय. आपण अशा तऱ्हेने त्यात सुधारणा करवा, की ती कमीत-कमी चाळीस टक्के तरी काम देऊ शकेल' याचा अर्थ असा की सुरेशचा रोल नं. २४३१ आहे. त्याचा इंग्रजीचा पेपर अवघड गेलाय. सिन्हा पेपर तपासताहेत आणि त्यांच्याकडून चाळीस टक्के गुण देववायचे आहेत. आता सरळ सरळ चिठ्ठी येते. उघडं पत्रसुद्धा येतं. त्यावेळी गुण वाढवायला येणारे खूप वेळपर्यंत संकोचाने बसून राहत. इकडच्या तिकडच्या गोष्टी करत आणि नंतर शरमून, बगला झाकत मार्क वाढवण्याबद्दल बोलत असत. आता मार्क वाढवायला सांगणारा अशा तऱ्हेने येतो जसा काही बाजारात भाजी घ्यायला चाललाय. सरळ माझ्या डोळ्यात पाहतो आणि अधिकारवाणीने सांगतो की मार्क वाढवायचे आहेत.

दहा वर्षांत ही जी काही प्रगती झालीय, ती मला त्रास देते. अत्यंत संकोचहीनता झालीय. हे साहस मला घाबरवतं. मी वाट बघतो. कुणी तरी, थोडासा संकोच घेऊन येईल आणि मी आश्वस्त होईन.

कोणी येत नाही. मला वाटतंय, आम्ही सगळ्यांनी मान्य केलंय की साधारण रस्ते सगळे बंद झालेत. त्यावर पाटी टांगलीय, 'रस्ते दुरुस्तीसाठी बंद आहेत.' वर्षानुवर्षं हे रस्ते बंद आहेत आणि सगळे आडवाटेने चाललेत. चालता चालता आडवाटेवरचे काटे-कुटे, झुडुपं साफ झालीत आणि या वाटा रस्त्यांसारख्याच गुळगुळीत आणि रुंद झाल्यात. बेधडकपणे अनवाणी लोक या वाटेवरून चाललेत. साधारण रस्त्याने जाणारा आता मूर्ख आणि वेडा समजला जाईल. आता साधारण रस्ते खुले झाले, तरी त्यावरून चालताना लोक कचरतील. दुरुस्ती करणारेही याच कारणासाठी ढिले पडलेत. तेव्हा कुणाला जाणवणारही नाही की या देशात साधारण रस्तेही आहेत.

असं वाटतंय, साधारण रस्ते आता भविष्यात पुरातत्त्ववेत्त्यांनाच मिळतील. तेच हे रस्ते शोधून काढतील. ते निष्कर्ष काढून सांगतील– त्या काळात या देशात साधारण रस्ते होते; पण कुणी त्यावरून चालत नव्हतं. सगळे आडवाटेने जायचे. उपयोगात न आल्याने रस्ते दबून गेले.

सफलतेच्या महालाचा समोरचा दरवाजा बंद झालाय. अनेक लोक आत

घुसलेत. त्यांनी कडी लावून घेतलीय. ज्याला आत घुसायचंय तो नाकाला रुमाल लावून गटारीमधून आत घुसतो. आसपास सुगंधित रुमालांची दुकाने लागलीत. लोक रुमाल खरीदून तो नाकाला लावून गटारीतून घुसताहेत.

ज्यांना दुर्गंधी जास्त येते आहे, आणि जे फक्त मुख्य दारातूनच आत जाऊ इच्छितात, ते दरवाजाच्या बाहेर उभे राहून दरवाजावर डोकं आपटताहेत आणि त्यांच्या कपाळातून रक्त वाहतंय.

मूळ रचना - पगडंडियोंका जमाना

❑

आत्मज्ञान क्लब

आत्मज्ञानाच्या फेऱ्यात एकदा मीही सापडलो होतो. त्यावेळी मी रिटायर्ड इंजिनिअर चंद्रासाहेब यांच्या घरात भाड्याने राहत होतो.

एकदा संध्याकाळी, ते मला सिव्हिल लाईन्सच्या रस्त्यावरून जाताना भेटले. मी 'नमस्कार' असं म्हणून तोच निरर्थक प्रश्न केला, म्हणजे ज्यांच्याशी आपण फार बोलू इच्छित नाही, अशांना करायचा ठरीव प्रश्न... "बोला कुठे चाललाय?"

चंद्रासाहेब थांबले. आपल्या चेहऱ्यावर रहस्यमय हसू पसरवत म्हणाले, "तुम्हाला माहीत नाही? आज शनिवार आहे नं?"

शनिवारी हे कुठे जातात? ...मी विचार करू लागलो. त्यांचं जाणं इतकं सुप्रसिद्ध आणि महत्त्वपूर्ण आहे, की भाडेकरूंना त्याची माहिती असायलाच हवी? मी खूपसा विचार करून अंदाज करता करता म्हटलं, "मारुतीरायांच्या दर्शनाला निघाला असाल?"

माझ्या अज्ञानावर कारुण्यपूर्ण हसत चंद्राबाबू आपल रहस्य उघड करू लागले. "अरे बाबा, आत्मज्ञान क्लबची साधना बैठक असते नं...ठेकेदार संपूर्णदास यांच्या बंगल्यावर! तिथे चाललोय." मग पुढे म्हणाले, "तुम्हीही येत जा."

मी विचारलं, "कशाच्या बाबतीत?"

ते म्हणाले, "आत्मज्ञानाच्या बाबतीत...मनुष्य आपल्या स्वत:ला जाणत नाही. आपलं आपल्यालाच माहीत नसतं, की आपण कोण आहेत? आपलं खरं स्वरूप जाणणं मोठं कठीण आहे. आम्ही साधना करून हे जाणू इच्छितो, की मी कोण आहे? माझं खरं स्वरूप काय आहे?"

मी पुन्हा विचारलं, "याचा काय फायदा?"

ते माझ्या मूर्खपणाला हसत म्हणाले, "तुम्ही तर आत्मज्ञानातही फायदा-नुकसान बघताय. अरे, आपल्याला ओळखणं ही काय साधी गोष्ट आहे? जीवनाचं हेच परमध्येय आहे. या ज्ञानानंतर माणूस मायेच्या पाशातून मुक्त होतो. कधी तरी या. अरे, थोडंसं परमार्थाकडेही वळा. किती काळ मायापाशात गुरफटून राहणार?"

मी तिथे येण्याचा वायदा केला. जाता जाता ते म्हणाले. "आज तीन तारीख

झाली. तुम्ही भाडं दिलं नाही.''

मी म्हणालो, ''दोन-तीन दिवसांत देईन. या महिन्यात पगार थोडा उशिरा मिळतोय.''

चंद्रासाहेब तोंड वेडंवाकडं करत म्हणाले, ''तुमचा पगार कधी का होईना, भाडं मला एका तारखेला मिळायला हवं. कळलं?''

ते काठी टेकत परमार्थसाधनेसाठी निघाले आणि मी भाड्याची जुळणी करायच्या मायेत फसत घरी परतलो.

त्यांनी आणखी एक दोन वेळा आत्मज्ञान क्लबात येण्याविषयी सांगितलं. माझ्या बाजूला जितेंद्र राहत होता. तो माझ्याबरोबर काम करत होता आणि माझा मित्रही होता. त्यालाही चंद्रासाहेबांनी येण्याचा आग्रह केला होता.

मी त्याला म्हणालो, ''दोस्ता, अनेक वेळा त्यांनी आपल्याला बोलावलंय. गेलं नाही तर वाईट दिसेल.''

तो म्हणाला, ''पण तिथे जाऊन करणार काय? तसेही आपण आत्मज्ञानी आहोतच. आम्हाला माहीत आहे, आम्ही शाळा मास्तर आहोत आणि मुलांना शिकवून पोट भरतो आहोत. हेच आपलं खरं स्वरूप आहे.''

माझ्यावर चंद्राबाबूंच्या बोलण्याचा थोडा परिणाम झालेला होता. मी म्हटलं. ''हे आत्मज्ञान नाही. ते मोठ्या साधनेनंतर प्राप्त होतं. चल नं एक दिवस जाऊ या.''

एका शनिवारी संध्याकाळी, आम्ही शेठ संपूर्णदासांच्या बंगल्यावर पोहोचलो. फाटकाशी पोहोचताच कुत्रा भुंकत भुंकत पुढे आला. आम्ही थबकलो. जितेंद्र म्हणाला, ''प्रत्येक कुत्रा जन्मतःच आत्मज्ञानी असतो. त्याला माहीत असतं, आपण कुत्रा आहोत आणि भुकणं आपलं काम आहे. अनेक लोक कुत्र्याला 'टायगर' म्हणतात; पण कुत्रा स्वतःला कधी वाघ समजत नाही. तो आपलं सत्यस्वरूप जाणतो.''

मी म्हटलं, ''तसं नाही. सजीवांमध्ये, आत्मज्ञान फक्त माणसांनाच प्राप्त होतं. कुत्रा माणसाच्या अधिक जवळ राहिल्यामुळे थोडं आत्मज्ञान त्यालाही प्राप्त होतं. या कुत्र्याच्या भुंकण्यात काही पावित्र्य आहे. जे अन्य कुत्र्यात नसतं. हे तुझ्या लक्षात आलं का? हा आत्माज्ञान साधकांच्या संगतीत राहतोय नं? हा कुणाला चावला, तर त्या माणसाचा आत्मादेखील प्रकट होईल.''

चंद्रासाहेब आणि संपूर्णदास व्हरांड्यात आले त्यांनी कुत्र्याला बोलावून घेतलं आणि आम्ही त्या जन्मजात आत्मज्ञान्याच्या चावण्यापासून बचावलो.

आम्ही खोलीत गेलो. तिथे दहा-बारा माणसे सोफ्यावर आणि आरामखुर्चीवर बसली होती. आम्हाला साध्या खुर्च्या देण्यात आल्या, कारण आम्ही भाडेकरू होतो.

मी त्या साधकांवरून नजर फिरवली. त्यापैकी अनेकजण मला माहीत होते. पण मला हे माहीत नव्हतं, की त्या सर्वांनी मिळून आत्मज्ञान क्लब स्थापन केला आहे. चंद्राबाबू आणि संपूर्णदास यांच्या आत्म्याचे संबंध मागच्या पंचवीस-तीस वर्षांपासून चालत आले आहेत. चंद्रासाहेब ठेकेदार संपूर्णदासांना ते ठेके देत होते आणि असा काही चमत्कार होत होता की प्रत्येक इमारत वा पुलातून चंद्रासाहेबांचं एक घर निर्माण होत होतं. इमारत छोटी असेल, तर निदान बाथरूम तरी त्यातून निर्माण होतच होती. रिटायर्ड होता होता, चंद्रासाहेबांची किती तरी घरं झाली होती. ती त्यांनी भाड्याने दिली होती. त्यांच्या बँक खात्यात सतत खळबळ, हालचाल होत असायची.

तिथे सेवकजी बसले होते. ते जुने नेते होते. ते दोन-तीन वेळा निवडणूक हरले होते. त्यामुळे की काय, त्यांना आत्मज्ञानाची नितांत गरज वाटत होती.

एक प्राध्यापक बंधू होते. त्यांनी दाढी वाढवली होती. लांब धोतर आणि आखूड सदरा ते घालत होते. थंडीच्या रात्री ते बागेत उघडे फिरत असत. मागच्या वर्षी आम्ही सर्कस पाहून परतलो होतो, तेव्हा बागेत थोडा वेळ थांबून प्रोफेसरसाहेबांना फिरताना बघितलं. जितेंद्रचं म्हणणं असं की, जो विहिरीत मोटरसायकल चालवतो, तोसुद्धा अशा थंडीत असा उघडा फिरू शकणार नाही. ते पस्तीस वर्षांचे असूनही अविवाहित होते.

तिथे ॲडव्होकेट शुक्लादेखील होते. त्यांच्या दोन अविवाहित मुली होत्या. ज्यांच्या अविवाहित तरुण मुली असतील त्यांना तशीही आत्मज्ञानाची गरज असतेच! मोठ्या मुलीचं लग्न प्रोफेसरसाहेबांशी जुळवण्याच्या ते प्रयत्नात आहेत. चंद्रासाहेबांनी सांगितलं होतं, की ते यासाठी प्रोफेसरसाहेबांना तयार करतील. शुक्लांचं लक्ष प्रोफेसरांच्या आत्म्यापेक्षा त्यांच्या शरीरावर जास्त होतं. ते विचार करत असावेत, की कुठल्या शुभ दिनी ही दाढी सफाचट होईल.

या लोकांशिवाय तिथे दोन-तीन व्यापारी आणि एक दोन रिटायर्ड ऑफिसर लोक होते.

खोलीत उदबत्ती जळत होती. टेबलावर मोठं चित्र ठेवलेलं होतं. स्पिरीटच्या बाटलीवर असतं, तसं हाडाच्या सापळ्याचं चित्र होतं. खाली लिहिलं होतं. 'आत्मा' टेबलावर फुले ठेवलेली होती.

कॉफीचा घोट घेता घेता नेताजी म्हणाले, "हं...तर मी सांगत होतो, की लोकांचा नैतिक स्तर फार खालावलाय. प्रथम लोकांच्या मनात श्रद्धा, विश्वास होता; पण आता तो नाहिसा झालाय. गांधीजी कोट्यवधी रुपये गोळा करायचे, पण कोणी त्यांना हिशोब विचारत नव्हतं. आता... पाच-दहा हजाराचासुद्धा लोक हिशेब मागतात. ज्या समाजाचा विश्वास उडाला असेल, त्याचं पतन अवश्य होणार."

समाजाच्या पतनाने दुःखी होऊन त्यांनी मान खाली झुकवली.

अचानक प्रोफेसर उठले. डोळे बंद करून, तल्लीन होऊन हात जोडून उंच स्वरात म्हणाले, "आत्मा वा अरे द्रष्टव्य: मन्तव्य: निदिध्यासितव्यश्च।"

सगळे शांत झाले. त्यांनी डोळे मिटले. प्रोफेसर तीन वेळा म्हणाले, 'मी कोण आहे? माझ खरं स्वरूप काय आहे?' दुसऱ्यांनी प्रश्नाची पुनरावृत्ती केली आणि ते मग्न झाले. आम्हीही त्यांचे अनुकरण केले.

प्रोफेसरांनी आपले डोळे उघडले, तेव्हा सगळ्यांनी डोळे उघडले. याचा अर्थ असा, की सगळे तिरप्या नजरेने बघत होते की कधी प्रोफेसर डोळे उघडतात.

चर्चा सुरू झाली. प्रोफेसरांनी सुरू केली, "आदिकालापासून मनुष्याच्या मनात हा प्रश्न गुंजत राहिलाय, की मी कोण आहे? माझं खरं स्वरूप काय आहे? मनुष्य स्वत:ला जाणून घेऊ इच्छितो."

एवढ्यात एक माणूस तिथे आला आणि ठेकेदारांना म्हणाला, "मुलाची तब्येत जास्त बिघडलीय. जरा डॉक्टरांना फोन करू द्या ना!"

ठेकेदारांना राग आला. म्हणाले, "वेळ-अवेळ काही बघत नाहीत. येतात फोन करायला. डॉक्टरांना घेऊन का येत नाही?"

घाबरत घाबरत तो म्हणाला, "जायला वेळ लागेल. फोन केला, तर आपल्या कारमधून ते लगेच येतील."

ठेकेदारांनी त्याला आणखी दहा गोष्टी ऐकवल्या, पण फोन काही करू दिला नाही. मात्र, त्यानंतर चर्चा होऊ शकली नाही. हां, शेजारी किती त्रास देतात, यावर मात्र चांगली तासभर चर्चा झाली. सगळेच शेजाऱ्यांमुळे त्रासलेले होते.

त्या दिवशीची बैठक मोठ्या दुःखपूर्ण वातावरणात संपली. ते लोक दुःखी यासाठी होते, की आत्मज्ञानाची उपलब्धी आणखी एक आठवडा पुढे गेली.

दुसऱ्या शनिवारी पुन्हा साधनेत बाधा आली, 'मी कोण आहे? माझं खरं स्वरूप काय आहे?' या प्रश्नानंतर ध्यानामध्येच ठेकेदार म्हणाले. "आज चंद्रासाहेबांचा मूड खराब दिसतोय!"

सगळ्यांनी डोळे उघडले. सगळे चंद्रासाहेबांकडे अशा काही नजरेने पाहू लागले, की जणू काही तेच सगळ्यांचा आत्मा आहेत.

चंद्रासाहेब म्हणाले, "काय सांगायचं? संसारातील दुःख पिच्छा सोडत नाहीत. मायाजाल आहे. माणूस माणसाला दुःख देतो.'

ते रडवेले झाले. सगळ्यांनाच चिंता वाटू लागली. ॲडव्होकेट शुक्लांनी विचारलं, "काय झालं तरी काय चंद्रासाहेब?"

"एका भाडेकरूच्या घरातला हातपंप खराब झाला होता. मी सांगितलं, की सवड झाली, की दुरुस्त करून देतो. पण त्याने नवा वॉशर लावला आणि

भाड्यातून दहा रुपये वळते केले. मी नाराजी दाखवली, तर म्हणाला, 'आम्ही काय तहानेने मरायचं?' सांगा. त्यांचं हे वागणं बरोबर आहे का? हा लुच्चेपणाच झाला ना? मी तो ठीक करणारच होतो. तुम्हाला घाई असेल, तर तुम्ही तुमच्या खर्चाने ठीक करा."

चंद्रासाहेबांच्याबद्दल सगळ्यांनाच सहानुभूती वाटली. ॲडव्होकेटसाहेबांना रागही आला. म्हणाले, "मी दहा दिवसांत त्याला घराबाहेर काढतो. उद्याच 'इजेक्टमेंटची' कार्यवाही करतो."

चंद्रासाहेबांच्या मुखावर पसरलेला संतोष त्यांना बघायचा होता. चंद्रासाहेबांनी त्यांना आशा दाखवली होती, की ते प्रोफेसरसाहेबांशी त्यांच्या मुलीचं लग्न जुळवतील. प्रोफेसरांनी दार्शनिक दृष्टीने सांगितलं, "वास्तविक घरमालकाचा दर्जा ईश्वराच्या जवळचा आहे. ईश्वराने सृष्टी रचली. पृथ्वी बनवली. आकाश बनवलं, पण घरं नाही बनवली. मनुष्य पृथ्वीवर काही मोकळ्या आभाळाखाली राहू शकत नाही. घरमालकांनी लोकांना राहण्यासाठी घरं बनवली. जे भाडेकरूंसाठी घर बनवतात, ते ईश्वरासमान पूज्य असतात; पण ही गोष्ट फारच थोडे भाडेकरू जाणतात."

त्यांनी मोठ्या आशेने चंद्राबाबूंकडे पाहिले, की आता तरी ते प्रसन्न झाले असतील. चंद्रासाहेब काहीसे प्रसन्न झाले, पण आत्म्याची चर्चा करण्यासाठी अद्याप त्यांचं मन तयार झालं नव्हतं.

सगळे उदासीनतेत बुडून गेले. बऱ्याच वेळेपर्यंत भाडेकरूंच्या दुष्टपणाबद्दल चर्चा होत राहिली. आत्मज्ञानाच्या प्राप्तीची चर्चा आठवडाभर पुढे गेली.

मी आणि जितेंद्र जवळजवळ प्रत्येक शनिवार साधनेमध्ये सामील होत होतो. प्रोफेसर दाढीला तेल लावू लागले होते. ते पाहून ॲडव्होकेटांची आशा पल्लवित झाली होती.

मग एकाएकी माझी बदली झाली. त्यामुळे माझी आत्मज्ञानाची साधना तिथेच सुटली.

त्यानंतर दोन वर्षांनी जितेंद्र भेटला. मी विचारलं, "आत्मज्ञान-साधकांची काय हालहवाल आहे?"

जितेंद्र म्हणाला, "त्यांची साधना सफल झाली. त्यांना आत्मज्ञान झालं!"

मी म्हटलं, "आत्मज्ञान झालं? मग सगळ्यांची काय परिस्थिती आहे?"

जितेंद्रने सांगितलं, "प्रत्येकाची परिस्थिती वेगळी आहे. चंद्राबाबू, संपूर्णदास, आणि नेताजी वेड्यांच्या इस्पितळात आहेत. प्रोफेसरांनी लग्न केलं. ते दोन्ही शेठ तुरुंगात आहेत."

मी म्हटलं, "अरे, असं कसं झालं?"

जितेंद्रने सांगितलं, "एक दिवस, जेव्हा त्यांची साधना चरम बिंदूला येऊन

पोहोचली आणि ध्यान करत त्यांनी प्रश्न विचारला, 'मी कोण आहे ? माझं खरं स्वरूप काय आहे?' तेव्हा आत्मातून आवाज येऊ लागला. चंद्राबाबूंच्या आत्म्यातून आवाज आला, 'मी इन्कमटॅक्स चोर आहे. मी दोन प्रकारचे हिशेब ठेवतो.' संपूर्णदासांच्या आत्म्यातून आवाज आला, 'मी चोर आहे. मी बेइमान आहे.'

नेताजींच्या आत्म्यातून आवाज आला. 'मी पाखंडी आहे. मी नीच आहे.' दोन्ही शेठजींच्या आत्म्यातून आवाज आला, 'मी इन्कमटॅक्स चोर आहे. मी दोन प्रकारचे हिशेब ठेवणारा आहे.'

सगळ्यांच्या जागृत आत्म्यातून निरंतर आवाज येऊ लागला आणि ते रस्त्यावरून ओरडत फिरू लागले, 'मी चोर आहे. बेइमान आहे. पाखंडी आहे.'

अखेर, चंद्रासाहेब, संपूर्णदास आणि नेताजींना वेड्यांच्या इस्पितळात ठेवण्यात आलं नि दोघे शेठजी जेलमध्ये आहेत.

प्रोफेसरांनी जेव्हा आत्म्याला विचारलं, 'मी कोण आहे? माझं खरं स्वरूप काय आहे?' तेव्हा आतून उत्तर आलं, 'मी नर आहे. मला मादी हवीय.' त्यांनी ॲड. शुक्लांच्या मोठ्या मुलीशी लग्न केलं. शुक्लांच्या आत्म्यातून कोणताच आवाज आला नाही, कारण ते आत्मज्ञानासाठी येत नव्हते. मुलीचं लग्न जमवण्यासाठीच येत होते.''

आत्मज्ञान बिचाऱ्यांना घेऊन बुडलं. माझी बदली झाली नसती, तर मीही त्या साधकांच्याच फेऱ्यात सापडलो असतो. तेव्हा काय झालं असतं कुणास ठाऊक?

मूळ रचना - आत्मज्ञान क्लब

❑

विकास कथा

एक दिवस मला विकास मंत्र्यांच्या कार्यालयातून एक मोठा लिफाफा मिळाला. सरकारी लिफाफा म्हणजे एक लॉटरी आहे. कुणास ठाऊक, त्यातून काय बाहेर येईल आणि आपलं जीवन सुधारेल! म्हणून मी अंघोळ-बिंघोळ करून, शुचिर्भूत होऊन उदबत्ती लावून श्रद्धापूर्वक लिफाफा उघडला आणि आतलं पत्र वाचलं, तेव्हा लक्षात आलं. माझ्या नावाने उघडलेली ही लॉटरी नाही आहे. लॉटरीचं तिकीट मात्र नक्कीच आहे.

पत्रात लिहिलं होतं- 'विकास मंत्रालय देशातील लेखकांकडून अशी अपेक्षा करते की त्यांनी देशातील नवनिर्माणात सहभागी व्हावे. या उद्देशाने आम्ही एक स्पर्धा आयोजित करतोय. या वर्षी विकास-खंडांकडून आम्हाला हजारो अहवाल प्राप्त झाले, ज्यापैकी एकाने आमचे लक्ष विशेष वेधून घेतले. आमच्या योजनांच्या कृतीसंबंधांच्या एका पैलूचे, तो चांगल्या प्रकारे उद्‌घाटन करतो. जनता, विकास कार्याच्या या सुंदर पैलूशी परिचित व्हावी, तिने यात रुची घ्यावी आणि देशासाठी अधिकाधिक त्याग करायला तयार व्हावं, यासाठी आम्ही त्या अहवालाचा अधिकाधिक प्रचार करू इच्छितो. वरील अहवालात गूढ अर्थ लपलेले आहेत, यासाठी त्याचे स्पष्टीकरण आवश्यक आहे. यासाठी आम्हाला आपले सहकार्य हवे आहे. आपण या अहवालाचा अभ्यास करून यातील गूढार्थ प्रकट करणारे स्पष्टीकरण आम्हाला पाठवा. स्पष्टीकरण एकतीस मार्चपर्यंत या कार्यालयात पोहोचणे आवश्यक आहे. यानंतर आलेल्या स्पष्टीकरणांचा विचार केला जाणार नाही. जर विकास मंत्रालयात आपली काही ओळख असेल, तर आपण मागाहून पाठवू शकता. या पत्रासोबत वरील अहवालाची एक प्रत जोडत आहोत.'

मी बक्षिसाच्या मोहाने देश-निर्माण कार्यात भाग घ्यायचा निश्चय केला. अहवाल वाचला. त्याचं मनन केलं आणि त्यातील गूढार्थ स्पष्ट करणारं स्पष्टीकरण तयार केलं. विकास मंत्रालयात माझ्या ओळखीचं कुणीच नाही, त्यामुळे मी एकतीस मार्चच्या खूपच आधी स्पष्टीकरण पाठवून दिलं. मला आश्चर्य वाटलं की माझं स्पष्टीकरण सगळ्यात चांगलं मानलं गेलं आणि दिल्लीमध्ये, प्रत्येक बक्षिसासाठी तंबू ठोकून आणि डबल रोटी बांधून (भाकरी बांधून नव्हे) पडून राहिलेल्या 'सरकारी'

लेखकांच्याऐवजी हे बक्षीस मला मिळालं. ईर्ष्याळू लेखकांनी माझ्या सफलतेची ही बातमी कुठल्याही वर्तमानपत्रात येऊ दिली नाही; पण, सूर्याला तळव्याने काही महिनेच फक्त झाकता येतं. एक-दोन महिन्यांत विकास मंत्रालय माझ्या स्पष्टीकरणासमवेत त्या अहवालाच्या करोडो प्रती छापून प्रत्येक भारतीयापर्यंत पोहोचवेल.

मी इथे तो अहवाल, त्याचप्रमाणे माझं स्पष्टीकरण देत आहे.

विकास-खंडाचा अहवाल

या वर्षीही आमच्या विकास खंडात काही स्पर्धा झाल्या. अन्नधान्याचे उत्पादन वाढावे, म्हणून स्पर्धा ठेवली गेली, त्यात पहिला क्रमांक किशनलाल नावाच्या एका सामान्य शेतकऱ्याला मिळाला. त्याने खूप कष्ट घेऊन आपल्या सामान्य जमिनीवर चांगलं पीक घेतलं होतं. चर्चा अशी होत होती, की अधिक धान्य उत्पादनाचे पहिले बक्षीस जुने मालगुजार बलभद्रसिंह यांना मिळेल, ज्यांनी दहा वर्षांपूर्वीच आपली जमीन विकली होती आणि शहरात थिएटर चालवत होते. या चर्चेत सत्यता जरूर होती, कारण ब्लॉक ऑफिसर साहेब आणि मालगुजार साहेब यांची जीवश्चकंठश्च मैत्री होती, पण काही दिवसांपूर्वी ऑफिसर साहेबांचं मालगुजार साहेबांशी भांडण झालं आणि बक्षीस किशनलालला मिळालं. मालगुजारांना आता शेतकऱ्यांच्या प्रतिनिधी मंडळातून विदेशयात्रा करण्याची संधीही मिळणार नाही.

किशनलालचं नाव गावागावांत झालं. त्याचा एक फोटो काढून आम्ही आमच्या फाईलमध्ये ठेवला. त्याच्या शेतातली गहू आणि डाळ ऑफिसरांच्या घरी गेली आणि सगळ्यांनी त्याची तारीफ केली.

एक दिवस पुरस्कार वितरण समारंभ ठेवला गेला. पुरस्कार कलेक्टर साहेबांच्या करकमलांनी वाटण्याचे नक्की झाले.

मग, एक दिवस विकास ऑफिसरची पत्नी, जिला पुढे अहवालात 'विकासनी' म्हणून संबोधलं जाईल, कलेक्टरांच्या पत्नीला, जिला पुढे 'कलेक्टराणी' म्हणून संबोधलं जाईल, तिला समारंभाचं निमंत्रण देण्यासाठी पोहोचली. थोडा वेळ ताई-माई झालं. नंतर एकमेकींच्या साडी ब्लाऊजची प्रशंसा झाली. मग दुसऱ्या ऑफिसरांच्या पत्नींची निंदा करत त्या चरम आनंदाच्या बिंदूवर पोहोचल्या. त्यावेळी कलेक्टराणी म्हणाली, "त्या स्त्रियांची काय गोवऱ्या थापायची स्पर्धा घेणार?" यावर दोघी खळखळून हसल्या.

कलेक्टराणी म्हणाली, "नाही, मला म्हणायचंय, की एखादी मजेदार स्पर्धा आयोजित करा. आम्हाला स्त्रियांचाही विकास साधायचा आहे. त्यांनाही पुढे न्यायचंय."

विकासनीने विचारले, "मग आपणच सांगा ना, कसली स्पर्धा आयोजित करावी?"

कलेक्टराणी म्हणाली, "मी शाळेत शिकत होते, तेव्हा खीर खाण्याची स्पर्धा

होती. डोळ्यांवर पट्टी बांधायची आणि समोर वाडगा ठेवला जायचा. जी सगळ्यात आधी खीर संपवेल, तिला इनाम मिळायचं. तुम्हीपण हीच स्पर्धा घ्या ना! यात गावातल्या बायकांबरोबर आपण पण सामील होऊ या! आपल्याला देशात समता स्थापन करायची आहे नं!''

विकासनी देवीला या सूचनेमुळे खूपच प्रेरणा मिळाली. तिने घरात विकास ऑफिसरना सांगितलं. साहेबांनाही ही गोष्ट पसंत पडली. दुसऱ्या दिवशी त्यांनी या गोष्टीसाठी शंभर वाडगे खरेदी केले आणि पट्ट्यांसाठी दहा मीटर कापड. या दोन्ही गोष्टी स्पर्धेनंतर निरुपयोगी ठरल्या आणि त्यांना राइट-ऑफ केलं गेलं.

खीर-खाऊ स्पर्धेचं दृश्य मोठं मनोहर होतं. मैदानात एका ओळीत शेकडो ग्रामीण स्त्रिया बसल्या होत्या. समोर एका टेबलाच्या आसपासच्या खुर्च्यांवर कलेक्टराणी, विकासनी, डॉक्टरीण, तहसीलदारीण बसल्या होत्या त्यात कलेक्टराणीचं काही वेगळंच तेज़ जाणवत होतं.

विकासनी कलेक्टराणीला म्हणाली, ''ताई, काय रूप घेऊन आलाहात! जसं जसं वय वाढेल, तसतसं आधिकच खुलायला लागलं आहे! शप्पथ! नजर ठरत नाही!'' या वस्तुस्थितीचं सगळ्यांनी समर्थन केलं आणि वातावरण आनंदमय झालं.

ग्रामसेविकांनी सगळ्यांच्या डोळ्यावर पट्टी बांधली. जेव्हा एक ग्रामसेविका कलेक्टराणीच्या डोळ्यांवर पट्टी बांधू लागली, तेव्हा त्यांनी अशी तऱ्हेने पाहिले, की तिने पट्टी ढिली बांधली. ग्रामसेविकेच्या या अनुशासनबद्धतेमुळे कलेक्टराणी खूष होऊन गेली.

जेव्हा खीर खाण्यास प्रारंभ झाला. तेव्हा कलेक्टराणीने डोळ्यांवरची पट्टी ओढली आणि झट्‌कन खीर खाऊन उभी राहिली विकास ऑफिसरने तिचा प्रथम क्रमांक घोषित केला. यामुळे सगळे ऑफिसर आणि ऑफिसरणी प्रसन्न झाल्या. कारण ते सगळे अनुशासनाने बांधलेले होते.

जेव्हा विकास ऑफिसर आणि विकासनी देवी विविध स्पर्धांमध्ये जिंकलेल्यांसाठी बक्षिसं खरेदी करण्यासाठी निघाले, तेव्हा कलेक्टराणी म्हणाल्या, मी बरोबर येऊन बक्षिसं खरेदी करून देते. त्यांनी खीर खाण्याच्या स्पर्धेत प्रथम येणाऱ्यासाठी जवळ जवळ तीनशे रुपयांचा स्टेनलेस स्टीलच्या भांड्यांचा सेट खरेदी केला. बाकी विजेत्यासाठी मग खेळणी, रुमाल, कंगवे इ.ची खरेदी झाली.

समारंभात कलेक्टर साहेबांनी बक्षिसे वाटली. लिस्टमध्ये पाहिलं नाव खीरखाऊ स्पर्धेत प्रथम आलेलीचं होतं त्या हसत संकोचत कलेक्टरांपुढे येऊन उभ्या राहिल्या आणि स्टेनलेस स्टीलच्या भांड्यांचा सेट त्यांना प्रदान करण्यात आला. सगळ्यांनी खूप वेळपर्यंत टाळ्या वाजवल्या.

त्यानंतर सगळ्यात जास्त धान्य पिकवणाऱ्या किशनलालचे नाव पुकारले

गेले. साहेबांनी त्याला एक डबा दिला. किशनलालने तो उघडला. ते पाहून सगळे लोक खूप हसले. साहेबांचे पोट तर हसून हसून दुखायला लागले. अशाच तऱ्हेची बक्षिसे इतर शेतकऱ्यांनाही मिळाली. समारंभ हसत खेळत संपला...इति.

माझे स्पष्टीकरण– यासाठी मला बक्षीस मिळालं होतं-

ही घटना प्रतिकाद्वारे देशाच्या विकासकार्याचा एक सुंदर पैलू समोर आणते.

देशात यावेळी खीर खाण्याच्या स्पर्धा गाजताहेत.

जनतेच्या डोळ्यांवर पट्टी बांधलेली आहे; पण ऑफिसरांनी आपली पट्टी ओढून काढलीय आणि ते उघड्या डोळ्यांनी खीर खाताहेत.

जनता काहीच बोलत नाही उलट टाळ्या वाजवते आहे.

जो मेहनत करतो आणि उत्पादन करतो, त्याचं मनोरंजन व्हावं म्हणून त्याच्या हातात माकडाचं खेळणं दिलं गेलंय.

जो खीर खातो त्याला स्टेनलेस स्टीलची भांडी मिळतात. त्यातून आणखी खीर खाणं शक्य होतं.

कलेक्टरांनी कलेक्टराणीला बक्षीस दिलं. यातून सूचित होतं की देणारा आणि घेणारा एकच आहे. प्रत्येक देणारा आपण आपल्यालाच देतो.

ज्याला दुसऱ्याकडून मिळतं, त्याला माकडाचं खेळणं मिळतं.

तात्पर्य–दुसऱ्यांच्या डोळ्यांवर पट्टी बांधून आपले डोळे उघडे ठेवून खीर खाणं आणि त्यासाठी इनाम मिळवणं, आमच्या विकासकार्यासाठी आवश्यक आहे.

चूक-भूल–वर जे लिहिलेलं आहे त्यात एक चूक आहे. विकास मंत्रालयाने कोणतीही स्पर्धा आयोजित केलेली नव्हती आणि मला कुठलंही बक्षीस मिळालेलं नाही, एवढीच गोष्ट यात खोटी आहे. बाकी विकास खंडाचा अहवाल आणि माझं स्पष्टीकरण अगदी बरोबर आहे.

मूळ रचना - विकास कथा

❑

साहित्यानं मारलं रे बाबा

दिवाळीत मी लक्ष्मीपूजन करीत नाही. माझ्या घरच्या भिंतीवर 'श्री लक्ष्मी प्रसन्न' असं मोठमोठ्या अक्षरात लिहिलेलं नसतं; स्वस्तिक वगैरेही काढलेलं नसतं. पूजेचं आपल्या प्रकृतीशी काही जमत नाही. कुणाची पूजा केलीच तर एक त्याचं तरी नुकसान होईल, नाही तर आपलं तरी! माझा एक दोस्त आहे. त्याची प्रकृतीसुद्धा अशीच! त्याने एका प्रकाशकासाठी पाठ्यपुस्तके लिहिली. त्या पुस्तकांची छपाई होईपर्यंत प्रकाशकाचा मॅनेजर मला भेटला. म्हणाला, ''त्या पुस्तकांपैकी एकही पुस्तक बोर्डात लागलं नाही.'' मी म्हटलं, ''हे फार छान झालं. जर त्याचं एखादं जरी पुस्तक मंजूर झालं असतं, तरी प्रकाशकाचं सारं घराणं नष्ट झालं असतं.'' त्या माणसाच्या संपर्काने नेहमीच वाईट झालंय. (बदनामीच्या भीतीने नाव सांगत नाही.)

मी सुद्धा दहाव्या वर्षापासून सतराव्या वर्षापर्यंत लक्ष्मीची पूजा केली. वडील माझ्याकडून पूजा करवून घेत होते. कदाचित त्यांच्या मनात विचार असतील, की लक्ष्मीच्या मनात या मुलाविषयी वात्सल्य उफाळून येईल आणि ती येईल; पण ती आली नाही. वर्षावर्षाला मी तिची पूजा करत राहिलो आणि वडलांचा धंदा बसत चालला. प्रत्येक वर्षी पणत्यांची संख्या आणि त्यात घालायचं तेलाचं प्रमाण घटत गेलं. वाढत्या वयाबरोबर माझी फटाक्यांची आवडही कमी होत गेली. फटाके वगैरे बालपणीच चांगले वाटतात. लहानपणी मी फटाके अशा जोशात फोडायचो, जसा चीन अणुस्फोट घडवतोय. चीन अजूनही बालिश आहे. मोठं झाल्यावर फटाके चांगले वाटत नाहीत. रशिया अणुबॉम्बपासून सुटका मिळवण्याचा प्रयत्न करतोय. काही राष्ट्रं आणि काही व्यक्ती यांचं बालपण कधी सरत नाही. म्हाताऱ्या माणसांनाही कुत्र्याच्या शेपटीला फटाक्यांची माळ लावून ती पेटवून देताना मी पाहिलंय. अमेरिकादेखील टर्कीच्या खाडीत अणु फटाके घेऊन चकरा मारतेय.

विषयांतर होतंय ना? ठीक. लक्ष्मीबद्दल सांगतो. सात वर्षं सतत लक्ष्मीची पूजा केल्यावर परिणाम असा झाला, की वडिलांचा धंदा पूर्ण बसला आणि लक्ष्मीचा हा भक्त मॅट्रिक पास घेऊन नोकरी शोधायला बाहेर पडला. नोकरी केली, तीपण शाळामास्तरची! इन्कमटॅक्समधील नाही की एक्साईजची नाही. नंतर नोकरी सोडून स्वतंत्र व्यवसाय सुरू केला. तो कोणता? सिमेंटचा नाही की हार्डवेअरचा

नाही. साहित्य क्षेत्रात पडलो. मतिभ्रष्ट माणूस दुसरं काय करणार? लक्ष्मी आता या बाजूला आलीच, तर दुरूनच माझ्या नावाची पाटी बघून बाजूला जाते. माझ्या आळीतल्या दोन-चार घरी बसते नि निघून जाते. कुणाला तरी विचारतेही, 'ऐकलंय या आळीत कोणी मूर्ख होता म्हणे! साहित्य वगैरे सारखं काही तरी काम करतो म्हणे.' कुणी म्हणतं, 'हां! तिकडे रहातो.' ती तोंड फिरवून निघून जाते.

माझा एक दोस्त म्हणतो, "परसाई, तुला साहित्याने मारलं!"

खरंय! अगदी मारलं. पुस्तकं लिहिणाऱ्यापेक्षा तो वाचणारा मोठा होतो. कथा लिहिणाऱ्यापेक्षा कथा सांगणारा मोठा होतो. सृष्टिनिर्मात्यापेक्षा सृष्टीला लुटणारा मोठा होतो.

मी कथा लिहितो. चौकात कथा वाचणारा (प्रवचनकार) कथा वाचतो. ती कथा तुलसीदासांनी लिहिलीय. त्याची थाळी भरून जाते. वर आणि भेटी मिळतात, त्या वेगळ्याच! मी एक लेखक रस्त्यावर उभा राहून मिटीमिटी बघत असतो.

त्या दिवशी ज्ञानरंजन म्हणाले, हा प्रवचनकार हिंदीतील एम.ए आहे आणि दुसरा मी! एम.ए केल्याने त्याला अक्कल आली नि आपली गेली. आम्ही लिहिण्याच्या चक्करमध्ये फसलो. त्याने फक्त वाचनाचा अभ्यास केला. तो पुढे गेला आणि आम्ही...! पाठ्यपुस्तकापेक्षा त्यावरील टीकाटिप्पणी, खरं म्हणजे मार्गदर्शकं (गाईड्स) अधिक विकली जातात.

पण मित्रा मी करू तरी काय? एक तर लक्ष्मी नारी-रूपिणी. त्यात पुन्हा तिची घुबडावर स्वारी. ज्याने कुणी ती कल्पना केली असेल, त्याने खरोखरच कमाल केलीय. जरूर, कुणी तरी समाजवादी असणार! जी स्त्री आहे, आणि जिचे वाहन घुबड आहे, ती इथे येऊच शकत नाही. घुबड म्हणणार, 'देवी तिकडे जायचं असेल तर टॅक्सी वगैरे करा. मी त्याच्या घरी येणार नाही. तो माझ्या जातीची घृणा करतो.' बिचारी लक्ष्मी परत फिरते. तिने कधी कधी कुतूहलाने यायचा विचार केला होता; पण घुबडाने नाही येऊ दिलं. तिने आपल्या बहिणी, वर्गमैत्रिणींना पण इथे पाठवलं; पण घुबडाने त्यांनाही परतवून लावलं. मला वाटतं लक्ष्मी अगदी कंटाळून घुबडाच्या पाठीवर बसते आणि फुले हुंगू लागते. माझा दोस्त म्हणतो ते खरं आहे. घुबड उडताउडता कुणा कुणाजवळ थांबत म्हणतं, 'हा माझा मेहुणा आहे. याला काही तरी द्या. लक्ष्मी आपल्या बँकेचा चेक फाडून त्याला देते. (लक्ष्मी बँक लिमिटेडचं दिवाळं वाजलंय आणि डायरेक्टर मंडळी जेलमध्ये आहेत. पण त्या बँकेत विष्णुपत्नी लक्ष्मीचे शेअर नाहीत.) घुबड नंतर आणखी कुठे तरी थांबत म्हणतं, 'माझा साडू आहे.' लक्ष्मी पुन्हा चेक फाडून देते. अशा तऱ्हेने घुबड लक्ष्मीला काका, मामा, भाऊ-भाचे, अलाण्या-फलाण्याच्या जवळ घेऊन जाते आणि लक्ष्मीकडून चेक देववते.

लक्ष्मी विचारते, 'काय रे हरिशंकर परसाई तुझा कुणीच नाही?' घुबड उत्तरतं, 'तो माझा दुष्मन आहे. त्याचं नावसुद्धा घेऊ नका देवी!'

लक्ष्मीच्या उत्पत्तीची कथाच अशी आहे, की तिला प्राप्त करून घेणं आपल्या आवाक्याबाहेरचं वाटतं. समुद्रमंथनानंतर लक्ष्मी समुद्रातून बाहेर आली होती. समुद्रमंथन काही केवळ देवांनीच केलं नव्हतं; त्यांनी दानवांचीही मदत घेतली होती. देवांनीच फक्त मंथन केलं असतं आणि त्यातून लक्ष्मी बाहेर आली असती, तर ठीक होतं. देवांचा जयजयकार करता आला असता; पण ते काही दानवांच्या मदतीशिवाय लक्ष्मी मिळवू शकले नाहीत. तेव्हा आपल्या अर्थव्यवस्थेचा जो समुद्र आहे, त्याच्या मंथनासाठी, मला दानवांची मदत घ्यावी लागेल; तेव्हा लक्ष्मी बाहेर येईल. त्यानंतर तरी काय खात्री की ती मलाच मिळेल? मामुली देवता तर उदंड होत्या. लक्ष्मी त्यांना कुठे मिळाली? ती सरळ विष्णूकडे गेली आणि त्याच्या गळ्यात पडली. दुसऱ्या देवांनीही विरोध केला नाही. करणार तरी कसा म्हणा! विष्णू खूपच मोठे होते. शक्ती, धन, रूप, चातुर्य साऱ्याच बाबतीत. स्त्री बनून ज्यांनी आपल्या मित्राला शंकराला ठकवलं, त्याच्या चातुर्याबद्दल काय बोलावं? लक्ष्मी सरळ त्याची मोनोपॉली झाली. मी जरी दानवांचं सहकार्य मिळवून अर्थव्यवस्थेच्या समुद्राचं मंथन केलं आणि लक्ष्मी पुन्हा 'मोनोपॉली' कडे निघून गेली तर! साहित्यातसुद्धा मोनोपॉली असते. मोनोपॉली छोट्यांना जगू देत नाही. गरीब नारदमुनींना लग्न करण्यासाठी सुंदर चेहऱ्याची गरज होती, तर विष्णूंनी त्यांना माकडाचा चेहरा दिला. नंतर स्वतःच स्वयंवराला जाऊन बसले. ज्या मुलीवर त्या बिचाऱ्यांचा जीव जडला होता, तिच्याकडून स्वतःच्या गळ्यात वरमाला घालून घेतली. म्हणाले, "नारदा, तो तुझा मोह होता."

त्यावर नारद म्हणाला, "आणि महाराज आपला?"

मला नेहमी सांगितलं जातं, 'अहो, कलाकार त्यागी असतो. धनाच्या लोभात पडत नाही.'

मी म्हणतो, 'आणि महाशय आपण? आपण धनलोभात पडू शकता! धनाचा लोभ इतका वाईट असेल, तर आपण त्यात का पडता?'

हे सगळं म्हणजे दुसऱ्यांना माकडाचा चेहरा देऊन स्वत: स्वयंवरात बसण्यासारखं आहे.

माझे एक व्यापारी मित्र आहेत. ते एकदा म्हणाले, "पैसाच पैशाला कमावतो. इथे बाजारात एक पैसा फेकला, तर तो दहा पैसे घेऊन येतो."

मी ही गोष्ट अजमावून बघायचे ठरवले. बाजारामध्ये उभं राहून रस्त्यावर पैसा फेकला. विचार केला, बाजारात चक्कर मारून यायचं आणि जाताना दहा-बारा पैसे घेऊन जायचं. मग मी दहाची नोट फेकीन आणि सारा बाजारच लुटून नेईन; पण, प्रत्यक्षात तो पैसा तिथून हललाच नाही. मी तो उचलून पुन्हा खिशात ठेवला.

मी त्या व्यापाऱ्याला म्हटलं, ‘‘मीही पैसा बाजारात फेकला; पण तो तर काहीच घेऊन आला नाही.’’

तो म्हणाला, ‘‘असं होत नाही. आमच्या पैशाला हुक लावलेला असतो. तो पैशांना माशांसारखं जाळ्यात ओढतो.’’

आता मी पैशाला हुक कुठून लावू?

माझा तो मित्र म्हणतो, ‘‘साहित्याने तुला मारलं. सरस्वतीकडे गेलास, आणि लक्ष्मीने तुझा पत्ता काटला.’’

शेवटी इकडे तरी का गेलो? खरं विचाराल, तर सरस्वती जास्त सुसंस्कृत आहे. तिच्या हातात वीणा आहे. पुस्तक आहे. पक्ष्यावरच स्वार व्हायची वेळ आली, तर तिने घुबड नाही, हंसाची निवड केलीय. लक्ष्मीचं सारंच काम बटबटीत ! वाहनापासून साज-शृंगारापर्यंत! फोटोत पाहिलं, तर फुलावर उभी राहिलेली दिसेल. अरे फुलासारखी सुंदर कोमल वस्तू काय उभं राहण्यासाठी आहे? सौंदर्याची जाण लक्ष्मीमध्ये अजिबात दिसत नाही. तिला जरी सरस्वतीची वीणा मिळाली तरी ती तिच्या तारा तोडून त्यांचा उपयोग घुबडाला बांधण्यासाठी करेल. संपन्नतेजवळ सुरुची आकर्षित होणार तरी कशी?

माझा दोस्त म्हणतो, ‘‘नाही होत, तर भोग! साहित्यानं मारलं रे बाबा तुला, साहित्यानं मारलं!’’

म्हणू दे त्याला. अजून तर पुष्कळ निर्णय व्हायचे बाकी आहेत. आताच काय सांगता येणार, कोण मेलं आणि कोण जगलं? मात्र आता लक्ष्मीची पूजा होणार नाही. ज्यांचे देव वारंवार बदलतात, ते लोक वेगळेच असतात. ते रामालाही प्रणाम करतात आणि रावणालाही! ते दिवसा हंसाची चोच कुरवाळतात आणि रात्री घुबडाशी गप्पाटप्पा करतात.

दैवत बदलणं इतकं सोपं नाही आणि देवी बदलणं आणखीनच अवघड.....!

मूळ रचना - लिटरेचर ने मारा मुझे

❑

जेव्हा कर कमळे होतात

गेल्या महिन्यात आमचे हातसुद्धा कमळ झाले. माझ्याजवळ तीन कॉलेजेसची निमंत्रणे होती. त्यात म्हटलं होतं, उद्‌घाटन आपल्या करकमलांनी होईल. ते मी करूनही आलो. चरणकमलांनी मंचावर चढलो. नयनकमलांनी लोकांना पाहिलं.

करकमलांनी फीत कापली आणि मुखकमलाने भाषण देऊन टाकलं. त्यांनी फक्त हातांना कमळ म्हटलं. मी माझं शरीरच कमळाचं बनवून टाकलं. असं नेहमी देवतांचं होतं. रामाची तर नखंसुद्धा कमळाची होती.

देवतांचं एक काम मीसुद्धा करतो– 'आकाशवाणी' करतो. रेडिओवरून भाषणं करतो. आणि रेडिओचं नाव आकाशवाणी आहे. तसा मी विनोबा भाव्यांपेक्षा गांधीजींच्या रस्त्यावरून अधिक चालतो. रोज जाण्यासाठी ज्या रस्त्याने मी निघतो, त्या रस्त्याचे नाव म. गांधी मार्ग आहे. नामाने माणूस तरून जातो. उलट्या नावानेसुद्धा तरून जातो. कुणी 'मरा मरा...' असा ओरडत राहिला, तर रामाने त्याला थेट स्वर्गात पाठवलं. मोठे लोक अशी जहिरातबाजी करतात. सामान्यजन हा प्रसिद्ध स्टंट लक्षात घेत नाहीत. लागतात आपले स्तुती करायला!

माझ्या एका दोस्ताचेही कर कमळ झाले आहेत. माझ्यापेक्षा अधिक चांगल्या दर्जाचं कमळ. कारण मोसमात त्यांनी पाच उद्‌घाटने केलीत. ते माझे हात उलटे पालटे करून बघतात. मी त्यांचे. ते म्हणतात, "दोघांचेही हात एकाएकी कमळ झाले, काय भानगड आहे?"

खरंच काय गोष्ट आहे ही? मी खूप प्रयत्न केला, की हात कमळे होऊ नयेत. तळहातांवर काटे रुजवले; पण काय झालं, कुणास ठाऊक? हात आपले एकाएकी कमळ झाले. आता मी काळजीत पडलोय. ज्यांचे हात माझ्याआधी कमळ झालेत, त्यांची दुर्दशा पाहतोय ना! ते करकमलांनी उद्‌घाटन करतात आणि मुखकमल उघडतात, तेव्हा माईकची तब्येत स्तब्ध, अचेतन होऊन थप्पड मारायची असते.

आता ते स्तब्ध झालेले आहेत. पण एक वेळ अशी येईल, की माईक मुखकमलात घुसून नरडं बंद करेल. करकमळ झालेले, तोंड उघडतात, तोच मुलं ओरडू लागतात, 'भाषण नको. नोकरी द्या.' ते सांभाळून बोलू लागतात, 'हा देश तुम्हा युवकांचा आहे.' मुलं ओरडतात, 'बकवास बंद करा!' ते म्हणतात, 'हा देश

तुम्हाला घडवायचा आहे.' मुलं ओरडतात, 'शटाप!' मग घेराव, घोषणा, चप्पल-बुटांची फेकाफेकी आणि कधी कधी मारपीटसुद्धा!

हे कमळ आता कॉलेजला जायला घाबरू लागलंय. उद्घाटन कारणाऱ्यांचा तोटा पडू लागलाय. जोडे मारायला कमळ तर हवंच ना! आता माझ्यासारख्यांचे हात कमळ बनवले जाताहेत. सार्वजनिक जीवनात एक वेळ अशी येते, की माणूस कमळ बनतो. नंतर एक वेळ अशी येते, की कमळावर जोड्यांची बरसात होते.

वर्तमानपत्रात ज्यांची छबी छापली गेलीय, त्यांचे हात पंधरा वर्षांपासून कमळ झालेले आहेत. शेकडो निमंत्रणपत्रं या गोष्टींचे प्रमाण आहे. कालच एका विश्वविद्यालयात चांगल्या चांगल्या गोष्टी सांगताना त्यांची पिटाई झाली. आजकाल असं दिसतं, की चांगल्या गोष्टी बोलण्याचा हक्क लोक कुणालाही देऊ इच्छित नाहीत. या देशात चांगल्या गोष्टी सांगण्याने मार खावा लागतो.

काल मुखकमळाने चांगल्या गोष्टी सांगताना ज्यांनी मार खाल्ला होता, ते या छबीत हसतमुखाने पालम विमानतळावर विदेशी पाहुण्यांचं स्वागत करताहेत. विदेशी पाहुण्यांचं हास्य इतकं चांगलं आहे, की वाटतंय तेही आपल्या देशात मार खाऊन विमानात बसले असावेत. मारल्याशिवाय इतकं चांगलं हास्य उमटत नाही हे आमचा मार खाऊन हसणारा दाखवून देतोय. या देशात ही मोठी अजब गोष्ट आहे. जो जितका जास्त मार खातो, तितका जास्त आणि चांगला हसतो.

विदेशी पाहुण्यांना हे आपले करकमळवाले काय सांगत आहेत? ते जे सांगताहेत, ते वर्तमानपत्रात छापलं जाणार नाही. ते म्हणताहेत साहेब आमची लज्जा आता वीस-बावीस वर्षांची तरुणी झालीय. ती विवस्त्र असते. जेव्हा आपण येता, तेव्हा आपल्या स्मिताची रेशमी साडी आमच्या विवस्त्र लज्जेवर पांघरून आपल्यापुढे सादर करत आहोत. आपण हिच्याशी विवाह करून टाका. ही पूर्णपणे शीलवती आहे. आम्ही प्रत्येक गोष्टीचा शीलभंग होऊ दिला; पण लज्जेच्या शीलाचं रक्षण केलं.'

त्यानंतर ते आपल्या करकमलांनी दोन दर्शनी हुंड्या काढतील. एक चीनकडे आणि एक पाकिस्तानकडे. मग तो कुठल्याशा जादूने चीन आणि पकिस्तानला मुलांना भिववणारा बागुलबुवा बनवेल. मुले भुकेने रडायला लागली, की तो म्हणेल 'चूप! झोपून टाक. बागुलबुवा येतोय. चीन आणि पकिस्तान पकडून घेऊन जाईल.' मुले घाबरून भूक मारून झोपून टाकतील.

विदेशी पुन्हा म्हणतील, 'आपल्या देशाची संस्कृती महान आहे.' आपले कमळ म्हणेल, 'संस्कृतीची हाडं आता कुणी चघळत फिरतात. संस्कृतीचं हाडूक आता कुत्र्याचा जबडा फाडून त्याचंच रक्त त्यालाच चविष्टपणे चाटवतोय. हां! आम्ही विश्वबंधुत्वही मानतो. म्हणजे आपल्या भावाशिवाय दुनियाभराच्या लोकांना भाऊ मानतो.'

हे कमळ आता पोलिसांच्या सुरक्षेत उमलतं. या नव्या प्रकारची कमळं या देशात आता निर्माण झाली आहेत. आसपास पोलीस असले, म्हणजेच ही उमलता. वनस्पतीशास्त्रज्ञांनी यांचा अभ्यास करायला हवा. मानववंशशास्त्रज्ञांचं इथे काम नाही कारण हा माणूस नाही; कमळ आहे. सूर्याला पाहून कमळ उमलतं, सूर्यास्तानंतर मिटतं. हे नवं कमळ पोलिसांना पाहून उमलतं आणि पोलीस नसतील, तेव्हा मिटतं. मोठं सुंदर दृष्य असतं ते... पुढे पोलीस, मागे पोलीस, डावीकडे पोलीस, उजवीकडे पोलीस आणि मधे हे कमळ स्मितहास्य करत चालतं. एक कोरडं सरोवर आहे. त्यातून खाकी लाटा उठतात. या खाकी लाटांमध्ये ते कमळ उमलतं.

जेव्हा लोक हातांना कमळ बनवण्याच्या कामी गढून जातात. तेव्हा मला माझ्याबद्दलच चिंता वाटू लागते. ही भूमिका कशी काय पार पडेल, असं वाटू लागतं. एक तर मी नेहमीच चांगल्या गोष्टी सांगणार नाही. या देशातील माणूस नेहमी चांगल्या बोलण्यामुळे, चांगल्या गप्पांमुळेच मारला गेलाय. अनेकांना वाटतं जवाहरलालनी आपल्या कोटावर गुलाबाचं फूल खोचण्याऐवजी निवडुंगाचं फूल खोचलं असतं तर जास्त चांगलं झालं असतं. लोक नेहमी चांगल्या बोलण्यामुळे मारले गेले. चांगल्या फुलांमुळे मारले गेले. मी जर माझ्या मुखकमलाने कोरड्या चांगल्या गोष्टी बोललो तर समोर बसलेले मला लगेचच जोडे मारतील पण अनेकांच्या पायात जोडेच नाहीत. ते काय मारतील? संविधानात जोडे मारण्याचा पायाभूत अधिकार तर असलाच पाहिजे. माणसाच्या पोटात अन्न नसलं, शरीरावर कपडे नसले तरी पायात जोडे मात्र जरूर असले पाहिजेत. त्यामुळे व्यक्ती हवी तेव्हा आपल्या पायाभूत अधिकाराचा उपयोग करू शकेल.

मी काही चांगली गोष्ट सांगत नाही. मी तर उद्घाटन हा शब्दही अयोग्य आहे, असं मानतो. साहित्यातील एक पिढी, स्वत:ला विद्रोही असं मानते, त्यांच्या एका संकलनाचं उद्घाटन करायला मला बोलवलं होत. मी पाहिलं, ते तसंच सोनेरी निमंत्रणपत्र. त्यात तीच उपस्थितीने शोभा वाढवणारी भाषा. पुस्तकावर रंगीत कागद त्यावर रेशमी पिवळी फीत... साऱ्यात विद्रोहीपण कुठे आहे? मी माईक हातात घेताक्षणी म्हटलं, 'विद्रोही पिढीचा उद्घाटन समारंभ नाही विस्फोटन समारंभ व्हायला हवा. निमंत्रण पत्रिकेवर असायला हवं आमच्या कविता संकलनाचं विस्फोटन अमुक वेळेवर होईल तुम्हाला यायचं असेल, तर या नाहीतर, तुमची ऐसी की तैसी.' हे बोलणं तरुणांना आवडलं; पण ही गोष्ट काही चांगली नाही. नाही नं?

सफल कमळ होण्याचा मी प्रयत्न करेन. सगळ्या हातचलाख्या मी शिकेन. गुरूंचीही कमतरता नाही. गेल्या वर्षी मी एक मिळवला. ते माझ्या शहरात एका समारंभाचं उद्घाटन करत होते. अतिशय भावनावश होत ते म्हणाले, 'आहा!

जबलपूर! पुण्यभूमी आहे. इथल्या मातीत इतिहास विखरून पडलाय. इथली धूळ म्हणजे चंदन आहे. मी ती कपाळी लावतो.' त्यांनी खिशातून धुळीची पुडी काढली आणि कपाळाला लावली. महाराज, सारा हॉल मंत्रमुग्ध झाला आणि त्यांनी तासभर ताणलं.

मी त्यांच्यामागे लागलो. 'सागर' मध्ये एका समारंभाच्या उद्‌घाटनाच्यावेळी ते पुन्हा म्हणाले, 'आहा! सागर! ही पुण्यभूमी आहे. इथल्या मातीत इतिहास विखरून पडलाय. इथली धूळ म्हणजे चंदन! मी ती माझ्या मस्तकी लावतो.' त्यांनी खिशातून पुडी काढली. कपाळावर धूळ माखली. सागरवालेसुद्धा मुग्ध होऊन त्यांना ऐकत राहिले.

नंतर ते बरेलीला गेले तिथे ते म्हणाले 'आहा! बरेली! ही पुण्यभूमी आहे. इथल्या मातीत इतिहास विखुरला आहे. इथली धूळ चंदन आहे. मी ती मस्तकी धारण करतो.' पुडी काढून त्यांनी धूळ मस्तकावर फासली. ते घरातूनच धुळीची पुडी घेऊन बाहेर पडतात.

युक्ती चांगली आहे; पण गुरूंच्या नगरात ती निरुपयोगी होते. शिवकुमार म्हणाला, 'मी त्याच गुरूंच्या नगरात गेलो. समारंभाचे अध्यक्ष तेच होते. मी भावविव्हल होऊन म्हटलं 'आहा. ही नगरी पुण्यभूमी आहे. इथल्या मातीत इतिहास विखुरला आहे.' लोक हसायला लागले. असे हसायला लागले, की मी पुडी काढून कपाळाला धूळ लावूच शकलो नाही.'

युक्त्या अनेक आहेत. एकच युक्ती प्रत्येक ठिकाणी उपयोगी पडत नाही. अशा युक्त्या माझ्याजवळही पुष्कळ आहेत; पण माझे मित्र पुन्हा म्हणतात, 'आपले हात एकाएकी कमळ कसे झाले? अखेर हे झालं तरी काय?' नंतर तेच विचार करून उत्तर देतात, 'आम्ही लोक बुद्धिजीवी आहोत. बुद्धिजीवींची प्रतिष्ठा वाढत चाललीय. रुबाब वाढत चाललाय.'

हां! वाढत चाललाय! या देशातील सारे बुद्धिजीवी वाघ आहेत. मात्र ते गिधाडांच्या वरातीत बॅंड वाजवताहेत.

मूळ रचना - कर कमल हो गये

❑

नॉट पेड...

नवीन वर्ष माझ्यासाठी, शुभेच्छा असलेल्या भेटकार्डाचा नॉट पेड... लिफाका घेऊन अवतरलं. राजकारण्यांसाठी ते मतपेट्या घेऊन आलं होतं. दोन्हीही नॉट पेडच...! मला शुभेच्छांचा स्वीकार करण्यासाठी दहा रुपये खर्च करावे लागले. राजकारण्यांना खूपच 'नॉट पेड...' चार्ज चुकवावा लागेल.

माझ्या आसपास 'लोकशाही वाचवा...प्रजातंत्र वाचवा...घटना वाचवा...' अशा घोषणा दिल्या जाताहेत. लोकशाही वाचवण्यासाठी इतके लोक उभे राहिले आहेत, की त्यामुळेच लोकशाही वाचणं मुष्कील वाटू लागलंय.

लोकशाही वाचवण्यापूर्वी पहिला प्रश्न मनात येतो, कुणासाठी बरं वाचवायची ही लोकशाही? लोकशाही वाचली, आणि नुसतीच पडून राहिली, तर ती काय कामाची? परसातली भाजी मोकाट गुरा-ढोरांपासून वाचवायची, ती कशासाठी? उभ्या उभ्या जळून जाण्यासाठी? नाही...नाही...मुळीच नाही! भाजी राखणारा भाजी शिजवून खातो, हे खरे! पण, आता खाणारे इतके जास्त झालेत, की लोकशाहीच्या वाटणीसाठीच यापुढे भांडणे होत राहणार.

तरीही एक प्रश्न उरतोच. लोकशाही वाचणार कशी? कोणतं इंजक्शन उपयुक्त ठरेल? परिणामकारक प्रभावी ठरेल? सतत कुठली ना कुठली निवडणूक लढवणाऱ्या एका निवडणूक– फेम नेत्याला मी म्हटलं, "भाऊसाहेब, आईच्या पोटात असल्यापासून आपण राजकारणात आहात. सांगा ना लोकशाही कशामुळे वाचेल? कुणी म्हणतं समाजवादामुळे लोकशाही वाचेल. कुणी म्हणतं, समाजवादामुळे लोकशाही मरेल. कुणी म्हणतं, गरिबी हटल्याशिवाय प्रजातंत्र आणता येणार नाही. कुणी म्हणतं, गरिबी हटवणं, म्हणजे हुकूमशाही आणणं! कुणी म्हणतं, अमुक तमुक नेताच लोकशाही वाचवू शकेल, तर दुसरं कुणी म्हणतं, तो नेता तर लोकशाही नष्ट करण्याच्या मागे लागलाय. आपण सांगा, लोकशाही कशी वाचेल?"

"भाऊसाहेब म्हणाले, 'या सगळ्या शंभर गोष्टींचं एक सूत्र मी तुला सांगतो."

"अं... ते कोणतं?" मी भाविक मुद्रेने ऐकू लागलो.

"आपण वाचलो, की लोकशाही वाचेल. आपण जगलो, वाचलो, तर दुनिया वाचेल. मी निवडून आलो, तर मी नक्कीच लोकशाही वाचवेन... बरं मी निघू? तिकिटासाठी प्रयत्न करायचेत..."

मलाही वाटू लागलं, की आपणही निवडणूक लढवावी आणि लोकशाही वाचवावी. जेव्हा लोकशाहीची भाजी शिजेल, तेव्हा एक प्लेट आपल्याही वाटणीला येईल. जे गेली कित्येक वर्षे लोकशाहीची भाजी खाताहेत, ते म्हणताहेत, 'मोठी स्वादिष्ट लागते ही भाजी!' लोकशाहीच्या भाजीला जी लोकांची साल चिकटलीय, ती सोलून टाका. मग त्या तंत्राला शिजवा. आदर्शाचा मसाला आणि कागदी कार्यक्रमाचं मीठ घाला. मग ही शिजलेली भाजी नोकरशाहीच्या चमच्याने खाणारे म्हणतात, 'मोठी मजा येते!'

फिल्मी चित्र तारे-तारका आणि देशातील पैलवान मंडळी जनतंत्र वाचविण्यासाठी तत्पर आहेत. माझ्या मनात विचार येतो, मग मी का मागे रहावे? मी का वाचवू नये जनतंत्र? पैलवानाला बदाम कुटता कुटता कुठली सवड मिळायला? चित्र तारे-तारकांना कुठल्या तरी बॅकग्राउंड म्युझिकवर ओठ हलवावे लागतात. शारीरिक कवायत करावी लागते. छे! छे! माझ्याशिवाय जनतंत्र वाचणं शक्य नाही.

पण तेवढ्यात मला हा बिनतिकिटाचा लिफाफा दिसतो. मला आलेली भेटकार्डं मी एका शेजारी एक लावून ठेवली. मी बघितलं, जवळ जवळ पाच चौरस मीटर शुभकामना मला नव्या वर्षासाठी आल्या होत्या. इतकी कोरी कार्डं मला मिळाली असती, तर मी ती विकून टाकली असती. पण त्या कार्डांवर माझं नाव आहे, म्हणून कोणी विकत घेणार नाही. (नाव असलेली वस्तू विकत घ्यायला मी थोडाच चित्रतारा होतो?... त्यांच्या अंडरवेअरसुद्धा लिलावात किती तरी अधिक किमतीत विकल्या जातात.) दुसऱ्याच्या नावाची शुभकामना कुणाच्या कामाची?

मी मांडलेल्या भेटकार्डात, ते विनातिकीट आलेलं भेटकार्डही आहे. कार्डावर माझ्या सुख-समद्धीची कामना केलीय, ही गोष्ट खरी; पण ही शुभकामना स्वीकारण्यासाठी मला दहा रुपये द्यावे लागले. ती माझं काय मंगल करणार? आणि मला समृद्ध करणार? शुभचिंतक मला समृद्ध बघू इच्छितो. पण हे मला सांगण्यासाठी माझी संपदा- समृद्धी दहा रुपयाने कमी करतो.

शुभाची सुरुवात माझ्या बाबतीत नेहमी अशुभाने होते. समृद्धी येण्यासाठी हरियाना आणि राजस्थानची लॉटरीची तिकिटे घेतली; पण कसचं काय नि कसचं काय? लॉटरी उघडली. त्यात माझा नंबर नव्हता. राजकारणातल्यांना कशी लॉटरी लागते? आपल्याला अशी समृद्धी नाही मिळायची! ती आडवाटेने ये-जा करते. लाजते. कुलवती आहे ना! पडदानशीनही आहे. माझ्या एका विद्यार्थ्याने ती आडवाट शोधूनही काढलीय. एक दिवस भेटला. विचारलं, "मोठ्या थाटामाटात

राहताना दिसतोयस! चांगला भक्कम पैसा कमावतोयस ना!''
'तो म्हणाला, 'सर बिझनेस लाईन पकडलीय!''
मी म्हटलं, ''अच्छा! कोणता बिझनेस करतोस?''
तो म्हणाला, ''सट्टा खेळवतो!''
या देशात ''सट्टा बिझनेसमध्ये सामील झालाय. समुद्रमंथन करून लक्ष्मी वर काढण्यासाठी दानवांना आता देवांच्या मदतीची गरज नाही. पहिल्या समुद्रमंथनाच्या वेळी त्यांना टेक्निक माहीत नव्हतं. देवांची मदत घ्यावी लागली. आता त्यांनी टेक्निक आत्मसात केलंय.

माझ्याबाबतीत प्रत्येक चांगली गोष्ट 'नॉट पेड...' होते. मागच्या वर्षी स्वच्छता सप्ताहाचं उद्घाटन माझ्या घराजवळ झालं. 'साईट' चांगली होती. तिथे कचऱ्याचा एक मोठा ढीग लावला गेला. फोटोग्राफर कोन आणि प्रकाश बघून गेला. जाताना मंत्रीमहोदयांनी कुठं उभं राहून फावडं चालवायचं ते निश्चित करून गेला. ऑफिसर कचऱ्याची सजावट करायच्यामागे लागले. एक दिवस मंत्रीमहोदय आले. तीन-चार फावडी चालवून त्यांनी सफाई सप्ताहाचं उद्घाटन केलं. त्यानंतर कुणीही त्या कचऱ्याच्या ढिगाकडे फिरकलंही नाही. दरवर्षी सफाई सप्ताहाचं उद्घाटन होईल. तीन-चार फावडी कचरा ढिगातून काढला जाईल आणि या गतीने कचऱ्याचा ढीग सुमारे शंभर वर्षांत साफ होईल. मला पेशन्स आहे. मी वाट बघू शकतो; पण या वर्षी दुसरी जागा निवडली गेली.

सफाई सप्ताह कचऱ्याचा ढीग देऊन जातो आणि नववर्ष 'नॉट पेड...' शुभेच्छा! तरीही मी संसदेत जायची मनीषा बाळगून आहे!

एकदा एका सद्गृहस्थांना मी म्हटलं, ''यंदा मी निवडणूक लढवणार आहे!''
ते म्हणाले, ''निवडणूक लढवून काय होणार?''
मी म्हटलं, ''मी संसदसदस्य होईन.''
ते म्हणाले, ''संसद सदस्य झाल्यामुळे काय होईल?''
मी म्हटलं, ''मी मंत्री होईन!''
ते म्हणाले, ''मंत्री झाल्यामुळे काय होईन?''
मी म्हणालो, ''मी मुख्यमंत्री होईन!''
ते म्हणाले, ''मुख्यमंत्री झाल्यामुळे काय होईल?''
मी म्हटलं, ''मी गरिबी हटवेन!''
ते म्हणाले, ''गरिबी हटवण्यामुळे काय होईल?''
मी म्हटलं, ''लोक सुखी होतील!''
ते म्हणाले, ''पण भाऊ, लोक सुखी होण्याने काय होईल?''
याचं उत्तर माझ्याकडे नव्हतं. कसे झालेत हे भारतीय लोक? कसं झालंय

त्यांचं मन? मग मला वाटलं, मलाच नाही, तर साऱ्या देशवासीयांनाच 'नॉट पेड...' शुभकामना येताहेत. आज त्यांची अशी अवस्था झालीय, की ते विचारताहेत, 'सुखी होण्यामुळे तरी काय होणार?'

मित्र म्हणाले, 'तू निवडणूक लढवणार आहेस ना? मग तू जनतेचा उमेदवार हो! जनसमर्थित उमेदवार! मी गेली कित्येक वर्षे या 'भारतीय जना' च्या शोधात आहे; पण तो सापडतच नाही. कुणीतरी म्हणालं, निवडणुकीच्या वेळी भेटतो हा भारतीय जन. आताच्या एका निवडणुकीत मी त्याला शोधू लागलो. जवळ जवळ प्रत्येक पार्टीने मुसलमानांची मते मिळवण्यासाठी मौलवींना बोलवलं. मौलवीने फतवा काढला, 'हे मुसलमानांनो तुम्ही ईदच्या चंद्राबाबत माझं मत मानता. निवडणुकीच्या मतांबद्दलही माझं मत माना. माझं म्हणणं ऐका!' जैनांची मते मिळविण्यासाठी अखिल भारतीय जैन नेत्याला बोलावलं, यातही दिगंबरांसाठी दिगंबर नेता तर श्वेतांबरांसाठी नेता. स्थानकवासी आणि तेरा पंथी भेटले असते तर आणखीनच चांगलं झालं असतं. तेल्यांसाठी अखील भारतीय तेली आणि न्हाव्यांसाठी न्हावी. या क्षेत्रातही ब्राह्मणांना सांगितलं, इथून नेहमी ब्राह्मण निवडणूक जिंकत आलाय. गेल्या वीस वर्षांत रेकॉर्ड आहे. जर कुणी गैरब्राह्मण जिंकला तर... धिक्कार ... धिक्कार तुम्हा ब्राह्मणांचा....!

कुठे आहे भारतीय जन? कुणासारखा आहे? 'सुखी, संपन्न झाल्यामुळे काय होणार?' असं विचारणारा तर तो 'जन' नाही ना? तोच आहे का तो 'भारतीय जन?' तो रस्त्याने तर 'भारतीय' व्हायला चाललाय, पण कुणी तरी त्याला रोखून म्हणतंय 'चल, परत फीर! तू भारतीय नाहीस! ब्राह्मण आहेस... जैन आहेस... तेली आहेस... न्हावी आहेस... मुसलमान आहेस...'

'नॉट पेड...' भेटकार्ड माझ्या डोळ्यात वटावरून पाहतं आणि म्हणतं, 'काळाचा इशारा लक्षात घे आणि परत फीर! तुझ्याकडून लोकशाही वाचणार नाही. निवडणूक जिंकून प्रजातंत्र वाचवण्याचं काम नववर्षाला तुझ्याकडे सोपवायचं असतं, तर माझ्यावर पूर्ण तिकीट चिकटलं नसतं का?'

मूळ रचना - बैरंग शुभकामना और जनतंत्र

❑

इनाम आणि इमान

ज्याँ पाल सार्त्र नावाचा पॅरिसमध्ये राहणारा माणूस मोठा बदमाश आहे. तो माझे पाचशे रुपये बुडू देत होता.

अलीकडेच माझ्या एका पुस्तकाला राज्य सरकारने पाचशे रुपयांचा पुरस्कार दिला. जनतेचा पैसा अशा तऱ्हेने फुकट घालवला जातो. माझ्या आयुष्यातलं हे दुसरं इनाम. पहिलं इनाम शाळेत असताना लाँग जंप म्हणजे लांब उडीत मिळालं होतं. दुसरं हे साहित्याच्या अडथळ्याच्या शर्यतीमध्ये.

मधली वीस-पंचवीस वर्षे मी इनामाशिवायच जगलो. जीवनशक्ती हे निलाजरेपणाचं दुसरं नाव आहे.

शाळेत दुसऱ्यांदा बक्षीस मिळालं नाही कारण पुन्हा उडीच मारली नाही. इथे साहित्यात आतापर्यंत बक्षीस मिळालं नाही कारण स्वभावाने जरा आखडू आहे ना! पुस्तके पुरस्कारासाठी पाठवत नाही. दर वर्षी लाखो रुपये माझ्या डोक्यावरून विमानाप्रमाणे उडून जातात. काही लोकांना पुरस्कार घेण्याची सवयच लागलेली असते. पुरस्कार मिळाला नाही, तर त्यांची प्रकृती बिघडते. दिल्लीला माझा एक मित्र नौटंकीलाल म्हणून आहे. तो सांगत होता. एक वर्ष त्याला पुरस्कार मिळाला नाही तर त्याला मुरडा झाला. पोटात कळा येऊ लागल्या.

यावेळी पुस्तक पाठविल्याशिवाय पुरस्कार कसा मिळाला? सरकार जास्त सुसंस्कृत झालं की काय? नाही. सरकार तसंच असंस्कृत आहे; पण पुस्तक न पाठवताही पुरस्कार मिळवण्याची एक युक्ती आहे. ते पुढे कळेलच.

पुरस्कार तर मिळाला पण तो ज्यॉ पाल सार्त्र पॅरिसमध्ये राहणारा, तो माझे पैसे बुडू देत होता. आम्ही त्याच्या विचारांचे नाही, त्याच्या नखऱ्याचे, शैलीचे म्हणजे स्टाईलचे वेडे आहोत. तो म्हणतो, 'दमन आणि शोषणापासून मुक्त झाल्यावर, ज्याची संस्कृती अशी व्याख्या केली जाते, असा मनुष्य बनतो.' पण आम्ही, ना दमनापासून मुक्त, ना शोषणापासून...आणि तरीही, सुसंस्कृत आहोत. त्याचं तो जाणे! आम्ही लेखकाचा नखरा बघतो. कोणत्या रुबाबात त्याने नोबेल पारितोषिक ठोकरलं. तो म्हणाला होता, हा पुरस्कार घेतल्याने असा आभास होईल की माझी

सहानुभूती पश्चिमेकडे आहे. सरळ सरळ असं म्हणता येईल की मी पश्चिमेच्या हाती विकला गेलो.

मला पुरस्काराबद्दल कळलं तेव्हा सार्त्रचा हा नखरा एकदम आठवला. मी विचार केला, आपणही असं काही तरी वक्तव्य करून पुरस्कार स्वीकारायला नकार द्यावा. असं करणारच होतो; पण एवढ्यात आत्मबोध झाला. आत्मबोध काय आहे? स्वार्थरक्षणासाठी माणसाच्या अंतरात्म्यातून जो तर्क उठतो, त्याला आत्मबोध म्हणतात. तर्क असा उठला. —जे कृतज्ञ असतात, तेच विकले जातात. ज्याचं खातात, त्याचेच होतात. बिच्चारे...मोठे कमजोर असतात. पण कृतघ्न कधी विकले जात नाहीत. ज्याचं खातील त्यांच्याशीच लढतील. सार्त्र असेल कृतज्ञ. आम्ही विकले जाऊ शकणार नाही. ज्या ताटातून अन्न खायचं त्याच ताटात ओकायचं हा आत्मविश्वास ज्याला असतो, तो कधीच विकला जाणार नाही.

तसं लेखकाला विकलं जाण्याची भीती नेहमीच लागून राहिलेली असते. अलीकडे पंजाब सरकारने दीड लाख रुपये पत्रकार आणि लेखकांमध्ये वाटले. त्या वेळी केवढा आरडाओरडा झाला की सरकार आम्हाला विकत घेऊ इच्छितंय. मी म्हणतो- कृतघ्न व्हा, पैसा खा आणि मत विका; पण लेखकांची मुश्कील अशी, बाजारात तर उभे आहेत आणि विकले जाऊ म्हणून घाबरताहेत. विकलं जाण्याची इतकी भीती वाटत असेल तर बाजारात नाही, गोशाळेत असायला हवं. हिंदीमध्ये तर बाजार इन्स्पेक्टरदेखील आहेत. ते छडी आणि डायरी घेऊन बाजारात फिरतात आणि रेकॉर्ड करतात, की कुणी कुणाला खरेदी केलं. असफल लेखक नेहमी बाजार इन्स्पेक्टर बनतात. जे चांगल्या किंमतीत विकले जाण्यात यशस्वी होत नाहीत, ते पण बाजार इन्स्पेक्टर होतात. माझा एक मित्रच झालाय. तो दर दहा-पंधरा दिवसांनी कुणाच्या तरी विकलं जाण्याची बातमी मला देऊन जातो. मी विकला गेल्याची बातमी त्याने इतरांना दिल्याचंही माझ्या कानावर आलंय.

ही गोष्ट सांगायचीच राहून गेली, की पुस्तक न पाठवताही पुरस्कार कसा मिळाला? प्रकाशक म्हणाले, की पुस्तक पाठवू या. मी लांबलचक पत्र लिहून कळवलं की मी पुस्तक पाठवत नाही. लेखकांकडून पुस्तकं मागवणं आणि तो अर्जासारखा फॉर्म भरून घेणं अपमानकारक आहे. प्रकाशक म्हणाले, आपण पाठवू नका, आम्ही पाठवतो. मी म्हटलं, आपल्याला योग्य वाटेल तसं करा. मी पाठ फिरवून बसलो पण मान वळवून वळवून पुन्हा पुन्हा बघतही राहिलो, की पुरस्कार रस्त्यावर येतोय की नाही. यालाच लेखकाची इमानदारी असे म्हणतात. पाठ तर फिरवली; पण मान वळवून बघतही आहेत. ही युक्ती मी लहानपणीच शिकलोय. माझे वडील ब्राह्मण म्हणवून घेत होते. ब्राह्मण भोजनाचे वेळी मीही तिथे जात असे. पंचवीस-तीस वर्षांच्या अनुभवी ब्राह्मणांना जेवताना बघत होतो. लाडू वाढायला

आणले की ते नको-नको म्हणत जोरजोरात मान हलवायचे पान दोन्ही हातांनी झाकायचे; पण दोन्ही हातांच्या मधे लाडू घालण्यासाठी जागा ठेवायचे.

वाढणारा त्या जागेतून लाडू घालायचा. ब्राह्मण देवता लाडू खायचे. कारण अन्न ब्रह्म आहे. आणि ब्रह्माला खाणं ब्राह्मणांचा धर्म आहे. ते ट्रेनिंग आज उपयोगी पडलं. प्रकाशकांच्यापाशी माझं ते पत्र साहित्याच्या इतिहासाच्या लेखकांसाठी सुरक्षित आहे. हा मोठा निर्लिप्त लेखक होता असं ते लिहू शकतील. इकडे पाचशेचा ड्राफ्ट ताब्यात घेतला आणि एक सुरेख पंखा खरेदी केला. साहित्याचे मुनीम जेव्हा १९६९ च्या जानेवारीत १९६८ च्या साहित्याची रोकड मिळवतील. तेव्हा त्यांनी हा पंखा विसरू नये. हा पंखा १९६८ च्या हिंदी साहित्याची महान उपलब्धी आहे.

प्रतिष्ठेने रुबाबात राहायचं तर छोट्या शहरात रहायला हवं. मी जिथून निघतो तिथले लोक म्हणतात, यांना पुरस्कार मिळाला आहे. मुंबई कलकत्त्यात नोबेल पारितोषिक मिळलेलाही दिवसभर फिरला तरी कुणी त्याला ओळखणार नाही. काही जण याला शहराचा गौरव मानतात. माझ्या विभागातील लोकांना या गोष्टीचा गौरव वाटतो, की आमच्या नेपियर टाऊनवाल्याला पुरस्कार मिळाला. राइट टाऊनवाल्या कुणाला मिळाला नाही.

माझ्यापेक्षा जास्त खुषी त्या दुकानदाराला झाली कारण त्याच्याकडे माझी उधारी राहिलेली होती. त्याने मोठ्या प्रेमाने मला पान खिलवलं. म्हणाला, मला खूप आनंद झाला. मी खुषीचं कारण जाणतो– उधारी चुकण्याची आशा. त्यांच्या हृदयातून उद्‌गार निघत असतील- धन्य धन्य तो लेखक, जो उधारी चुकवण्यालायक बनला. धन्य धन्य ते साहित्य जे आमची उधारी चुकवण्यालायक लेखकाला बनवतं. साहित्य खरोखरच महान आहे.

मूळ रचना - इनाम और ईमान

❑